പതാകകൾക്കിടയിൽ

pathakakalkidayil
poems
•
madhavan puracheri
•
first edition
january 2019
•
typesetting & published
chintha publishers, thiruvananthapuram
•
cover
vinod

വിതരണം
ദേശാഭിമാനി ബുക്ക് ഹൗസ്
H O തിരുവനന്തപുരം-695 035
www.chinthapublishers.com
chinthapublishers@gmail.com

ബ്രാഞ്ചുകൾ
ഹെഡ്ഡാഫീസ് കുന്നുകുഴി • സ്റ്റാച്യു തിരുവനന്തപുരം • കെ എസ് ആർ ടി സി ബസ് സ്റ്റേഷൻ ആലപ്പുഴ • കെ എസ് ആർ ടി സി ബസ് സ്റ്റേഷൻ എറണാകുളം • ഐ ജി റോഡ് കോഴിക്കോട് • കെ എസ് ആർ ടി സി ബസ് സ്റ്റേഷൻ കോഴിക്കോട് • എൻ ജി ഒ യൂണിയൻ ബിൽഡിങ് കണ്ണൂർ • സെൻട്രൽ ബസ് ടെർമിനൽ കോംപ്ലക്സ് താവക്കര കണ്ണൂർ

CO - 2741 / 4934
ISBN - 978-93-88485-12-8

പതാകകൾക്കിടയിൽ

(കവിത)

മാധവൻ പുറച്ചേരി

ചിന്ത പബ്ലിഷേഴ്സ്
തിരുവനന്തപുരം-695 035

മാധവൻ പുറച്ചേരി

അദ്ധ്യാപകൻ. കണ്ണൂർ ജില്ലയിലെ പുറച്ചേരിയിൽ ജനിച്ചു. അച്ഛൻ: വി ഇ ഗോവിന്ദൻ നമ്പൂതിരി, അമ്മ: ഗംഗ അന്തർജ്ജനം. കവിതാസമാഹാരം - *പ്രവാസിയുടെ മൊഴി കൾ* (1993), *പെയിൻ കില്ലർ* (2006), *സൈക്കിൾ യാത്രയിൽ നാം* (2009), *പൊന്നേ... പൊന്നേ....* (2013), *ഈ ഞായറാഴ്ചകളെ നോക്കൂ* (2015), *വർക്കിയുടെ വെളിപാട് പുസ്തകം* (2015).

വിദ്യാവാചസ്പതി കെ വി കുഞ്ഞിരാമൻ മാസ്റ്റർ സ്മാരക അവാർഡ്, കോറാട്ട് ലക്ഷ്മിക്കുട്ടിയമ്മ അവാർഡ്, പ്രൊഫ. ജോസഫ് മുണ്ടശ്ശേരി അവാർഡ്, ബി സി വി ട്രസ്റ്റ് കവിതാപുരസ്കാരം എന്നിവ ലഭിച്ചിട്ടുണ്ട്.

ഭാര്യ : കെ ഉഷാദേവി.
മക്കൾ : ഗംഗ, ഹരികൃഷ്ണൻ.
വിലാസം : ഏഴിലോട് പി ഒ, കണ്ണൂർ ജില്ല-670309.
മൊബൈൽ : 9947788143.
ഇ-മെയിൽ : madhavanpurachery@gmail.com

ഉള്ളടക്കം

പ്രസാധകക്കുറിപ്പ്

മാധവൻ പുറച്ചേരിയുടെ കവിതകളിൽ രാഷ്ട്രീയം കവിതയ്ക്കു വെളിയിൽ നിന്നല്ല സംഭവിക്കുന്നത്. കവിതയുടെ സൗന്ദര്യാനുഭവങ്ങളുമായി ഉൾച്ചേർന്നു നില്ക്കുന്നതാണ് ഈ കവിതകളിലെ രാഷ്ട്രീയ ബോദ്ധ്യങ്ങൾ. സമൂഹത്തിന്റെ നീതികേടുകൾക്കെതിരെ ജാഗ്രത്താവുന്ന ഈ കവിതകൾ വായനക്കാർക്ക് സമർപ്പിക്കുന്നു.

ചിന്ത പബ്ലിഷേഴ്സ്

പതാക

പ്രളയത്തിനു ശേഷം
ഒരു മെലിഞ്ഞ കവിത,
രക്ഷപ്പെട്ടവരോടൊപ്പം
വീട്ടിലേക്ക് തിരിച്ചു വന്നു.

കുട്ടികളെപ്പോലെ,
ചിരിക്കാനും
ഒരൊറ്റക്കരച്ചിലിൽ
അലിയാനും
അതവരെ പരിശീലിപ്പിച്ചു.

നാം മറന്നുപോയ കിനാവായി,
കാണാതെപോയ നിലാവായി,
അവശിഷ്ടങ്ങൾക്കിടയിലൂടെ,
ഉടൽ ഭാരമില്ലാതെ,
കവിത സഞ്ചരിച്ചു.

പ്രളയത്തിനുമുകളിൽ,
തുഴഞ്ഞുവന്ന,
മനുഷ്യരെ പിടിക്കുന്ന ശിഷ്യരിൽ,
കരുണ ചൊരിഞ്ഞ വെളിച്ചം,
കവിതയിൽ പ്രകാശിക്കുന്നുണ്ടായിരുന്നു.

മെലിഞ്ഞതെങ്കിലും,
വേഗമേറിയ ചലനങ്ങളാൽ,
മഹാബലിയായ്,
പൂമ്പാറ്റയായി പാറിപ്പറന്നു.
ഏത് ശവക്കച്ചയേയും,
ഉടുപ്പാക്കുന്ന വർണ്ണ സ്പർശമായി.

ഉപമയെയും ഉൽപ്രേക്ഷയെയും
കൂടെ കൂട്ടാത്തതിനാൽ,
മെലിഞ്ഞ കവിത,
കൊടിപ്പടമായി പാറിപ്പറന്നു.

പവിഴമല്ലി
(സുഗതകുമാരി ടീച്ചർക്ക്)

ഇരുളിൽ കരഞ്ഞു തളർന്നിരിക്കുമ്പോൾ
നെറുകയിൽ തഴുകുന്നതാരോ?

അടിതെറ്റി വീഴുന്ന നേരങ്ങളിൽ വന്നു
തണലായ് തലോടുന്നതാര്?
കെടുമണം കെട്ടിപ്പുഴുക്കുന്നിടങ്ങളിൽ
തുളസിക്കതിർമ്മണം വീശി

നിനവിനാൽ നീറിപ്പുകയുന്നൊരന്തിയെ
കുളിരാൽ നിറയ്ക്കുന്നതാര്?

പടവുകളനവധിക്കയറിനേൻ ഞാൻ പണ്ട്
പിടിവള്ളി തന്ന കരുത്താൽ,

മിഴിനീർ കുതിർന്ന കടലാസിലാകവെ
ചെറുപൂക്കൾ കൺതുറക്കുന്നു.

പ്രണയവും വിരഹവും ഞങ്ങളറിഞ്ഞതീ
പവിഴമല്ലിപ്പൂമണത്താൽ
ഒരു പാട്ടു പിന്നെയും പാടിത്തഴുകുന്നു
മെലിവാർന്ന കൈകളാലമ്മ.

അകതാരിലാകെ നിറഞ്ഞു നില്പുണ്ട്
പവിഴമല്ലിപ്പൂവിൻ പ്രേമം.

തിരുശേഷിപ്പ്

പാർട്ടിപ്രവർത്തനത്തിന്,
ചലിക്കുന്ന യന്ത്രമായി,
ഊരുചുറ്റുന്നതിനിടയിൽ,
കോഴിക്കോടൻ ഹലുവയുമായി
അച്ഛന്റെയൊരു വരവുണ്ട്

കയ്പ്പുനിറഞ്ഞ ചുണ്ടുകൾ
മധുരം നൊട്ടിനുണയും
മാർക്സും ഏംഗൽസും
ലെനിനും മാവോയും
ഇറയത്തിരുന്ന്,
ലോകമൊരു തറവാടാക്കും.
കട്ടൻചായയ്ക്കിടയിൽ,
വള്ളത്തോളും ആശാനും
ചെറുകാടും വന്നുപോവും.

ഇയെമ്മും കെ ദാമോദരനും
തമ്മിൽ പറഞ്ഞതെന്ത്?
ഏക്കേജി സമരത്തിലല്ലേ..
പാറിപ്പറക്കുന്നുണ്ടാകും വാക്കുകൾ

പെട്ടെന്നായിരിക്കും
അടുത്ത ഊരുചുറ്റലിന്,

അച്ഛൻ യാത്രയാവുക
വിരുന്നുവന്ന ലോകം
ഓരോന്നോരോന്നായി
തിരിച്ചുപോകും
ചുവന്ന കവറുള്ള പുസ്തകം മാത്രം
സാക്ഷിയാകും
ഹലുവ കൊണ്ടുവന്ന പായ്ക്കറ്റിലെ
പൊട്ടും പൊടിയുമായി.

പ്രതിമാനാടകം

കണ്ണൂർ കാൾടെക്സ് ജങ്ഷനിൽ,
തലയുയർത്തി നില്ക്കുകയാണ്,
രണ്ടു പ്രതിമകൾ.

കണ്ണടയും ഗീതയും
മെതിയടിയും വടിയുമായി,
അഹിംസയാൽ ലോകമളന്ന ഗാന്ധി.
മുണ്ടിന്റെ ഒരറ്റം പിടിച്ച്,
സമരമുഖത്തേക്കിറങ്ങാനെന്നപോലെ,
ഒരുങ്ങിനില്ക്കയാണേക്കേജി.
മുഖാമുഖമല്ലാത്തതിനാൽ,
ഏക്കേജിക്ക് ഗാന്ധിയെക്കാണാം.

പെട്ടെന്ന്, കാക്കി ട്രൗസറും കുറുവടിയുമായി,
ഗോഡ്സെയെത്തി.
പ്രതിമയിൽ നിന്നിറങ്ങി,
മുണ്ടുമടക്കിക്കുത്തി ഏക്കേജി,
മിന്നൽ വേഗത്തിൽ,
ഗോഡ്സെയുടെ മുന്നിലെത്തി.
ഠോ ഠോ.. യെന്ന്,
ഇരുകവിളിലും ആഞ്ഞടിച്ചു.
ബോധംകെട്ടുവീണ ഗോഡ്സെയിൽനിന്നും
ഒരു മതദേഹം,

നിലവിളിയോടെ ഇറങ്ങിയോടി.

വാ ഒരു കപ്പ് ചായകുടിക്കാമെന്ന്,
ഗോഡ്സെയേയും കൂട്ടി ഏക്കേജി.
നരകം കണ്ട കണ്ണടയുയർത്തി,
ചെറുചിരിയോടെ ഗാന്ധി,
ഏക്കേജിക്കഭിമുഖമായി,
തിരിഞ്ഞിരുന്നു.

കവിസംഗമം

പട്ടാമ്പിക്കോളേജിൽ,
കവിതക്കാർണിവലുച്ച.
വെയിലിന് ചൂടേറുന്നു,
വഴിമാറുന്ന ചർച്ച.

ഈ മരച്ചോട്ടിലിപ്പോൾ,
ഇടശ്ശേരിത്തണലുണ്ട്,
വൈലോപ്പിള്ളിയോടൊപ്പം,
പച്ചയായി പിയുണ്ട്.
മുറുക്കിത്തുപ്പി റഫീക്കും

രാമചന്ദ്രനും നിരഞ്ജനും
പലകൈവഴികൾ,
വന്നുചേരുന്നുണ്ടിവിടം.

ഒരിടം വരെ പോകാനായി,
നിരഞ്ജനല്പം ധൃതിയുണ്ട്,
ചിലിയിലേക്കാണായാത്ര
പാലക്കാടിന് പോകുംപോൽ.
നിക്കനാർ പാർരെയെന്ന്,
ഉച്ചത്തിൽ ഞാൻ പറഞ്ഞുപോയി.
മുതുമുത്തച്ഛനാണിപ്പോൾ
ചിലിയിലുണ്ട് പാർരെ.

നിരഞ്ജൻ പറഞ്ഞുനിർത്തുമ്പോൾ,
ചിലി മുന്നിൽ ചലിക്കുന്നു.
കവിതക്കാർണിവൽ തന്നെ
പാർരെ കൂടിയിങ്ങെത്തി.

വാകമരച്ചോട്ടിലിപ്പോൾ,
ആഗോള കവിസംഗമം
അതിർത്തികൾ വരച്ചിട്ട,
രാഷ്ട്രങ്ങൾ അനാഥരായി.

പാഠാവലി

മഴക്കാലമെത്തി,
മണക്കുന്നു വീണ്ടും
നിനക്കൊപ്പമെത്താൻ
പഠിക്കാൻ, രസിക്കാൻ

നടക്കേണ്ടയൊട്ടും
വരും വാഹനത്തിൽ
ഇരുത്തം, തെളിച്ചം
തരും കൂട്ടുകാരും

പുറത്തേക്കു നോക്കൂ,
കിളിക്കൂറ്റിനൊപ്പം
മഴത്തുള്ളിയെത്തി
പുറപ്പെട്ടു നില്പൂ.

പുതുക്കാൻ, മിനുക്കാൻ,
കടുംപച്ചയായി,
നിറയ്ക്കുന്നു മണ്ണിൽ,
തുറക്കുന്നു വാനം.

തുടിക്കുന്നു നിന്നെ-
ക്കുറിച്ചോർത്തു ചുറ്റും
പറക്കുന്നു പൂക്കൾ,

പിറാക്കൾ, കിനാക്കൾ.

മനസ്സിൽ പകർത്തൂ,
മറക്കാതിരിക്കാൻ,
വളർന്നാൽ നിനക്കും,
തിരക്കായിരിക്കും.

ഒരിക്കൽ രസിച്ചാൽ,
മതിർക്കും മിടിപ്പിൽ,

വരും നിന്നൊടൊപ്പം,
ചിരിക്കും കളിക്കും.

മറക്കേണ്ടയൊട്ടും
വിഷക്കാലമിപ്പോൾ,
കുടിക്കുന്നു, നമ്മെ,
പതുക്കെപ്പതുക്കെ

വെറും കാഴ്ചയായി
ഒഴുക്കിൽപ്പെടാതെ,
നിറയ്ക്കൂ.... നിറയ്ക്കൂ....
മനസ്സിൽ മണക്കൂ

ഒരുക്കുന്നു വാക്കിൻ
മഹാകാനനത്തിൽ
തളിർക്കുന്നു കാലം
വിളിക്കുന്നു നിന്നെ

മ്മ മ്മ ഞ്ഞ ഞ്ഞ

ചില സംഭവങ്ങളാണ്
ആദ്യം മാറിമറിഞ്ഞത്.
ഓർത്തെടുക്കാൻ ശ്രമിച്ചപ്പോൾ,
കുതറിമാറി

ഒരൊറ്റ ബീഡിയിൽ,
ഒളിവിലെ ഓർമ്മ
തൊട്ടടുത്ത നിമിഷം
ഷോപ്പിങ് മാൾ.
കൂട്ടുകൃഷിയെക്കുറിച്ച്,
പറഞ്ഞ് പറഞ്ഞ്,
വിക്കി.... വിക്കി....
ഷെയർമാർക്കറ്റിലേക്ക്.
പരുഷമായ കണ്ണുകൾ ചുറ്റിലും
വിയർപ്പു പൊടിഞ്ഞ്,
ഉടലാകെ
എന്തുവെയിലായിരുന്നുവെന്നും
ഇങ്ങനെപോയാൽ എന്താകുമെന്നും
ഉപന്യസിച്ചു രക്ഷപ്പെട്ടു.!
പിടികിട്ടിയെന്നു ചില നോട്ടം

2

ചില പേരുകളാണ്,
കീഴ്മേൽ മറിഞ്ഞത്.
അത്രയടുത്തവരായിട്ടും
ഒന്നിച്ചു പഠിച്ചവരായിട്ടും
ഒരു സിഗ്നലും കിട്ടാതെ,
കെട്ടിക്കിടന്നു.
തൊണ്ടയിലാരോ,
നനഞ്ഞ തുണിയിട്ടതുപോലെ..

3

ചില വസ്തുക്കളാണ്,
പിന്നെ കളിപ്പിച്ചത്.
അതോ ഇതോ എന്ന്,
അതുതന്നെയല്ലേ ഇതെന്ന്,
ഉടുപ്പുകൾപോലും തെന്നിക്കളിച്ചു.
തിടുക്കമായിരിക്കാം
സാധാരണമായിരിക്കാം
പലവഴി സമാശ്വസിച്ചു.

4

സമയവും ആഴ്ചകളും
പാമ്പും കോണിയുമായി.
ഇന്നലെ പോകേണ്ടിടത്ത് ഇന്ന്,
കലണ്ടറുപോലും കൊഞ്ഞനംകുത്തി.
ഒടുവിലൊടുവിൽ,
വാക്കുകൾ വേഷം മാറി,
പ്രത്യക്ഷപ്പെടാൻ തുടങ്ങി

കല്യാണവീട്ടിൽ പോയിട്ട്,
മരണവീട്ടിലെ വാക്കുകൾ.
മരിച്ചവീട്ടിലെത്തിയാൽ,
വിവാഹ ആശംസകൾ.
ചെറിയ ചെറിയ വ്യത്യാസത്തിൽ
എവിടെയും,
എല്ലായ്പ്പോഴും.

22 പതാകകൾക്കിടയിൽ

മാധവൻ പുറച്ചേരി

പതുക്കെ പതുക്കെ..,
ചിലയോർമ്മകളിൽനിന്നും
അയാൾ മുക്തനായി.
കുഞ്ഞായിരുന്ന നാളുകൾ മാത്രം
അയാളുടെ അരികെയിരുന്നു.
ചെറിയ മുറിക്കകത്ത്,
അതിശ്രദ്ധയാൽ
അടക്കം ചെയ്തവനായി.
ചില പേരുകൾ,
അസ്പഷ്ടമായി പറയാൻ തുടങ്ങി
മ്മ മ്മ ഞ്ഞ....ഞ്ഞ..

ഒളിച്ചുകളി

വീടുവിട്ടുപോയ കുട്ടിയെകാത്ത്,
ഉറങ്ങാതിരിക്കുകയാണ്.
മുറ്റവും നിലാവും.
തിരഞ്ഞ് തിരഞ്ഞലയുകയാണ്,
സ്വൈരമില്ലാത്ത കാറ്റ്.
കണ്ണ് മിഴിച്ചു നില്ക്കുകയാണ്,
പാഠപുസ്തകക്കുന്നുകൾ.

ഇന്നലെ വരെ,
മടിച്ചുമടിച്ചാണവന്റെ പേര്

എല്ലാവരും പറഞ്ഞിരുന്നത്,
ഇന്നവനോളം
പ്രിയപ്പെട്ടവനില്ല.

നനുനനുത്ത,
വാക്കുകൾക്കായി,
മുക്കിലും മൂലയിലും
പരതിപ്പരതി നടന്നിട്ടും,
ഒരുചിരിയാൽ,
നിറയ്ക്കപ്പെട്ടില്ലവൻ.

ഉണങ്ങിവരണ്ട നിഘണ്ടുവിൽനിന്നാണ്,
അവനിറങ്ങിപ്പോയത്

24

പതാകകൾക്കിടയിൽ

മാധവൻ പുറച്ചേരി

ഇത്രയേറെ മണമുള്ള വാക്കുകൾ,
ഒളിച്ചിരിപ്പുണ്ടായിരുന്നുവോ?
മുറിവേറ്റ് പിടഞ്ഞ്,
കുനിഞ്ഞിരിക്കുമ്പോൾ,
തൊണ്ട പൊട്ടുമാറ്,
തോല്വി വിളിച്ചു പറയുമ്പോൾ,
എവിടെയായിരുന്നു നിങ്ങൾ..?
നാണംകെട്ടവർ.

പോയകാലമേ

പണ്ടറിയാത്തപോൽ കണ്ണുകളിടഞ്ഞു
മിണ്ടിയില്ല കൊതിച്ചുവെങ്കിലും

കാറ്റുമൂളിയ പ്രണയകവിതകൾ
ഇലകൾ കേട്ടു ലയിച്ചുവെങ്കിലും

ചെമ്പകം പൂത്ത സന്ധ്യയൊന്നിൽ
ചേർത്തുവെച്ചു നിശ്വാസഭംഗികൾ

പേടിവന്നുടലാകെ നിശ്ചലം
മൗനവല്മീകമൊന്നിൽ കുരുങ്ങിയും

എത്രയെത്ര വസന്ത ഞൊറിവുകൾ
വേനലായുള്ളിൽ നീറിപ്പുകഞ്ഞും

ഓർത്ത് പൊട്ടിച്ചിരിച്ചു ചിത്രങ്ങൾ
പൂത്തുനിന്നു മരങ്ങൾ മനുഷ്യരായ്

കണ്ട് കുളിരുന്നു വാസനിപ്പിക്കുന്നു
മിണ്ടിമിണ്ടി പ്രണയവും പൂക്കളും

വൈകിവന്നു പിറന്നിരുന്നെങ്കിൽ
ഒറ്റമാത്രകൾ പോലും മനോഹരം

എത്രസ്നാപ്പുകൾ നഷ്ടമായെന്നോർത്ത്
എത്രവട്ടം കുലുങ്ങിക്കരയണം.

അറ്റൻഷൻ

ക്ലാസിലൊരുനാൾ,
ജനഗണമനപാടുമ്പോൾ
പൊട്ടിച്ചിരിച്ചത്,
കുരുങ്ങിനില്പുണ്ട്.

കമലാക്ഷിടീച്ചർ
ചൂരലുമായി വന്ന്,
ഗൗരവം കനത്ത്,
ഭാരതമാതാവായി....

അതിലും വേഗത്തിൽ,
കമലാക്ഷിടീച്ചറായി,
അടിക്കാനോങ്ങി,
അകമേയലിഞ്ഞു.

കിടുകിടെ വിറച്ച്,
പേടിക്കൂനയായി.

അതിൽപ്പിന്നെയാണ്,
അതിർത്തികളറിഞ്ഞത്,
അതിൽപ്പിന്നെയാണ്,
ദേശാഭിമാനത്തിൻ,

32 പതാകകൾക്കിടയിൽ

മാധവൻ പുറച്ചേരി

ചെറുചെറുഗുളികകൾ
പതിവായിക്കഴിച്ചത്.

പതുക്കെ പതുക്കെ,
അറ്റൻഷനായിനിന്ന്,
ദേശീയ പതാകയിൽ,
നിറഞ്ഞുകവിഞ്ഞത്.

നവംബർ 1

കാഞ്ഞങ്ങാട്ടെ വണ്ടിയാപ്പീസിൽ,
ബീഡിപുകച്ച്,
മനോരാജ്യത്തിലാണൊരാൾ.

എങ്ങോട്ടുപോകാനാണോ,
നിത്യകന്യകയെ കാത്തോ,
തിട്ടമില്ലയാൾക്കൊട്ടും.

കൊമ്പുതാഴ്ത്തിയമേഘമല്ലേ,
കൂട്ടുകൂടാനിരിക്കുന്നു.
പലവണ്ടികൾ കുടഞ്ഞിട്ട,
മുറുമുറുപ്പുകൾ മുഷിപ്പുകൾ.

ഒന്നിലുമയാളലിഞ്ഞില്ല,
ഒന്നിൽനിന്നുമൊളിച്ചില്ല,
ഞെട്ടിപ്പിടഞ്ഞെഴുന്നേറ്റ്,
വണ്ടിയാപ്പീസിനെ നോക്കി.

കാഞ്ഞങ്ങാട്ടു തന്നെ,
മുണ്ടുടുത്തൊരാളുമില്ല,
മലയാളത്തന്മാരുമില്ല.

ഒരൊറ്റമൂച്ചിന്,

റെയിൽപ്പാളത്തിലേക്കിറങ്ങി
വടക്കോട്ടുനടക്കുന്നു.

അലറിവിളിച്ചിരുവണ്ടികൾ
തെക്കോട്ടുംവടക്കോട്ടും
ഒന്നുമുണ്ടായിരിക്കില്ല
ഇനിയെന്തുണ്ടായീടുവാൻ.

രോഹിത് വെമുലയ്ക്ക്

കവിതയിലേക്ക് പകർത്തി വെക്കുവാൻ
കഴിയുകയില്ല നിന്നന്ത്യയാത്രാമൊഴി

നിരനിരയായ് പെരുവിരൽ പോയവർ
ചിറകരിഞ്ഞുവീഴ്ത്തപ്പെട്ട പ്രാവുകൾ

പിഴുതെറിഞ്ഞ നാവുകൾ   നന്മകൾ
കണ്ണുനീർ പൂത്ത ചോരപ്പടർപ്പുകൾ

കണ്ണുകെട്ടിയ നീതിപ്പൊരുളിന്റെ,
മുന്നിൽ വീണസ്തമിച്ച ജന്മങ്ങൾ.

ജാതി നോക്കിയും ജാതകം നോക്കിയും
കൂവിയാർക്കും പുരോഹിതക്കുടുമകൾ

പെരുവിരലിനാൽ തീർത്ത കസാലയിൽ,
ആസനങ്ങളുറപ്പിച്ചിരിക്കുവോർ

ഇരുളിലേക്കസ്ത്രമെയ്ത് രസിക്കുവോർ
നിലവിളി കേട്ടു പൊട്ടിച്ചിരിച്ചവർ
പെരുകിടുന്നു സിംഹാസനങ്ങളിൽ,
സ്മൃതിയുരുവിടും പ്രേതപിശാചുക്കൾ.

കവിതയായി വിവർത്തനം ചെയ്യില്ല
കള്ളമാവുന്നു കാവ്യവും നീതിയും.

മത(വി)ശ്വാസം

അമ്മ തലയിൽ ഷാളിട്ടാൽ,
ഉമ്മയായെന്നവൾ.
വലിയ തർക്കങ്ങളെ,
വാഗ്വാദങ്ങളെ,
ഒരു കുഞ്ഞ് ചിരികൊണ്ട്,
മറികടന്നു.

തമ്പാച്ചിയെ തൊഴാൻ പറഞ്ഞാൽ,
ചിലപ്പോൾ,
മുട്ടുകുത്തി നിസ്കരിക്കും

കൈകൂപ്പി തൊഴുത് നില്ക്കും,
കുരിശ് വരയ്ക്കും.
മറ്റുചിലപ്പോൾ,
കോക്രി കാണിക്കും
കുഞ്ഞായിരിക്കുമ്പോൾ,
മുൾമുനയിൽ നിർത്തി.
ഇപ്പോഴവൾ നമ്മളെപ്പോലെ
പ്രാർത്ഥിക്കാൻ തുടങ്ങി.
അന്യമതസ്ഥരോട്,

അവരുടെ ഞങ്ങളുടെ
എന്നു വേർതിരിച്ച് പറയാനായി
ആയീ ആയീ......
ആ........ ശ്വാസമായി.

പൈക്കിന്റേ

ഒന്നും സംഭവിച്ചിട്ടില്ല,
മരിച്ചവൻ ഞങ്ങളുടെയാരുമല്ല.
ഈ രക്തത്തിൽ,
ഞങ്ങൾ പങ്കുകാരല്ല.

ഗ്രാമവും നഗരവും
എല്ലാം പതിവുപോലെ..
കടകളായ കടകളെല്ലാം
തുറന്ന്, തുറന്നു തന്നെ....!
വാഹന ഗതാഗതം,
ട്രാഫിക്ജാമിൽപ്പെട്ടുഴലുന്നു.

ഷോപ്പിങ് മാളിൽ,
ബീവറേജസ്സിനു മുന്നിൽ,
തിരക്കോടു തിരക്ക്.....
ഒന്നും സംഭവിച്ചിട്ടില്ല.....
കള്ളൻ,
കറുകറുമ്പൻ,
മുടി മുറിക്കാത്ത,

കുളിക്കാത്ത,
ഇരുളിന്റെ ഉടുപ്പണിഞ്ഞ അശ്രീകരം...
ഒരു വട്ടം ചവിട്ടിയതിന് തന്നെ,

പലവട്ടം ഡെറ്റോൾ ഉപയോഗിച്ച്,
കുളിച്ചു
കള്ളപ്പരനാറി!

വളഞ്ഞുവെച്ചത്,
ഞങ്ങൾ തന്നെയാണ്
മുതുകത്ത് ആദ്യം ചവിട്ടിയത്,
ഈ ഞാൻ തന്നെ
ആ നിലവിളി,
നല്ല അരങ്ങായിരുന്നു....
ആൾക്കൂട്ടം ചിരിച്ച്.... ചിരിച്ച്.....
എന്റമ്മോ!

ശരിക്കും ഒരു പാഠമാണിവറ്റകൾക്ക്
ഒടുവിലവൻ,
എത്തേണ്ടിടത്ത് തന്നെയെത്തി....

കാട്ടുചെണ്ടകളേ,
മരങ്ങളേ,
മുടിഞ്ഞ കാടേ....,
ആർത്തലച്ചു നിലച്ച രക്തമേ!
ഓടിയൊളിച്ച ഗുഹകളേ
ഒന്നും സംഭവിച്ചിട്ടില്ല.....
അർമ്മാദിപ്പിൻ.... അർമ്മാദിപ്പിൻ
ഒരു പാട്ടുകേൾക്കണമല്ലോ.
പൈക്കിന്റേ.
എന്ത് നല്ലപാട്ട്.

ഇ(അ)വൾ

കാക്കേയെന്നു വിളിക്കില്ല,
താത്തേ താത്തേയെന്നവൾ.

കുഞ്ഞായിരിക്കുമ്പോൾ,
മുളയ്ക്കും മറുവാക്കുകൾ.

മുതിർന്നൊരാളാകുമ്പോൾ,
മായുന്നു, തൻ വാക്കുകൾ.

കാക്ക കൊതിച്ചിരിപ്പുണ്ട്,
ഓമനപ്പേരു കേൾക്കുവാൻ.

ചാഞ്ഞും ചെരിഞ്ഞും നോട്ടം
അവളായിരിക്കുമോയിവൾ?

പൂക്കാതെയിങ്ങനെ

മഞ്ഞുകാലത്തെയോർത്തു,
പുലരിപ്പുതപ്പുകൾ.
കുളിരുപെയ്യാത്തൊരു,
ത(ധ)നുവിൽ വിയർക്കുന്നു.

മുറ്റത്തെ മാവിന്നെന്തു-
വിങ്ങലാണെന്നോ, കാലം
നിശ്ചലമായിപ്പോയോ
പൂക്കാതെയിരിക്കാമോ?

വഴിതെറ്റിയൊരണ്ണാൻ
വെറുതെ ചിലയ്ക്കുന്നു
മധുരം തേടിത്തേടി
കുഞ്ഞുങ്ങൾ വന്നീടുമോ?

വെറുതെ നില്ക്കും മരം
കാഴ്ചയിലെരിയുന്നു
ഒരു മഴുവെങ്ങാനും
ഈ വഴി വന്നീടുമോ?

കാണൽ

അതിശ്രദ്ധയാൽ മുഖം
വക്രിച്ചുമതിസൂക്ഷ്മം
കണ്ണാടിക്കുള്ളിൽ നോട്ടം
കിറുകൃത്യമായിട്ടും

മീശയിൽ നരച്ചവ,
പതുക്കെയൊളിക്കുന്നു
അതിധീരമീയജ്ഞം
സുധീരം തുടരുന്നു.

ഒരിക്കലിതേ ശ്രദ്ധ,
കറുത്തവരയൊന്ന്,
മുഖത്തിൽ തെളിഞ്ഞിടാൻ,
കെട്ട തീപ്പെട്ടിക്കൊള്ളി.

അകത്തിങ്ങനെയെത്ര,
ചിത്രകാവ്യങ്ങൾ കാ-
ണാമതു വായിച്ചാകാം
കണ്ണാടി ചിരിക്കുന്നു.

ഉത്തരക്കടലാസിൽ
വട്ടപ്പൂജ്യത്തിനൊപ്പം
വൃത്തിയിലൊരു നാലു-

വരച്ച ദിനങ്ങളിൽ

സ്വയമഭിമാനത്താൽ
കണ്ണാടി കണ്ടിടുമ്പോൾ
കോരിത്തരിപ്പിൽ തന്നെ-
മുളച്ച പൊടിമീശ.

മകനും കണ്ണാടിയിൽ
കാണുമോ കഥയെല്ലാം,
കൗതുകച്ചില്ലാൽ കാലം
മറച്ചുപിടിക്കുമോ.

തിരുത്തി തിരുത്തിയാ-
പ്പഴങ്കഥകൾ തന്നെ
നിവർത്തി വെച്ചീടുകിൽ
പിറന്നു പുതുകാലം.

സൂക്ഷ്മദർശിനിയൊന്നു
സയൻസ് ലാബിൽ കണ്ടു
ലെൻസിൽ ഞാൻ കാണുന്നത്
പഴയ കണ്ണാടിയോ.

പ്രതി(നായകൻ)

ധീരോദാത്തൻ,
അതിപ്രതാപഗുണവാൻ
കോമളകളേബരൻ
ധീരപഞ്ചാസ്യരാൽ,
പരിസേവിതൻ.

മണ്ണായമണ്ണെല്ലാം,
പെണ്ണായപെണ്ണെല്ലാം,
കാൽക്കീഴിലെന്നോർത്ത്
മുട്ടിന്..മുട്ടിന്,
സദാ ഫലിതപ്രിയൻ.

പല വേഷത്തിൽ
പലഭാവത്തിൽ,
നിറഞ്ഞ് കവിഞ്ഞ്
ചീർത്ത് വീർത്ത്,
വലിയ കട്ടൗട്ടിൽ,
താരമായി,
അവതാരമായി,
നിഗ്രഹിച്ചനുഗ്രഹിച്ച്,
മാനംമുട്ടെയുയർന്നവൻ.

ഒറ്റരാത്രി വെളുക്കും മുൻപ്,

ഒരൊറ്റ പെരുവിരൽ,
പൊക്കിളിൽ അമർത്തിയതേയുള്ളൂ,

മലർന്നടിച്ച്,
ദാ.. നമ്മുടെ,
നാ യ ക..ൻ!

ഒപ്പം

വായനക്കാരാ നിന്നെ,
ചേർത്തു പിടിക്കാതൊറ്റ,
വരിയും നില്ക്കില്ലല്ലോ?
കവിയും കവിതയാൽ.

പറക്കാൻ നിൻ ചിറകാൽ
വാക്കുകൾ മോഹിക്കുന്നു
നീയറിയാതെ നിന്റെ,
പിറകെ നടക്കുന്നു.

മരത്തിൽനിന്നും കിളി,
ചെടിയിൽനിന്നും പൂവും
വഴിയിൽനിന്നും പാവം
ഹൃദയം കുടിയേറി.

കവിത സ്നേഹത്തിന്റെ,
കൂടൊരുക്കുന്നു, നിന്നെ,
കണ്ണീരാൽ കഴുകിയ,
പീഠത്തിലിരുത്തുന്നു.

ഇവിടെ മരിച്ചവർ,
പിറക്കാനിരിക്കുവോർ,
ചുറ്റിലും നിറയുന്നു,
വാക്കിനാൽ, വിതുമ്പലാൽ.

മേൽക്കൂരയില്ലാത്തൊരു,
വീട്ടിലാണിപ്പോൾ നമ്മൾ
പലഭാഷകൾ വന്നു,
ചുറ്റിലും തിടം വെച്ചു.

കിളികൾക്കൊരു ഭാഷ,
പൂവിനുമൊരു ഭാഷ,
കവികൾ പലഭാഷ,
ഉരുക്കിച്ചേർത്തിടുന്നു.

അലയുമഭയാർത്ഥി
മുറിവിൽ പിടയുമ്പോൾ.
ദുരിതം കുടിക്കുന്നു,
വിടരും പൂമൊട്ടുകൾ.

എണ്ണിയാലൊടുങ്ങാത്ത,
പറഞ്ഞാൽ തീർന്നിടാത്ത,
ഭഗ്ന ബിംബങ്ങൾ വന്നു,
ചോരയിൽ കുളിക്കുന്നു.

വായനക്കാരാ നിന്നെ,
വേദനിപ്പിക്കാതൊറ്റ,
രാത്രിയും കൊഴിഞ്ഞീലാ,
പുലരി ചിലച്ചില്ല.

എങ്കിലും കൂട്ടിരിക്കാൻ
നീയെത്തുന്നു, വാക്കുകൾ
കണ്ണീരിൽ കഴുകി ഞാൻ
നിൻ മുന്നിൽ നിറയ്ക്കുന്നു

കവിയുന്നീലാ ഞാനീ
വാക്കിനു പുറത്തേക്കായ്
നിറയുന്നല്ലോ നിന്റെ
ചോരയാൽ, കണ്ണീരിനാൽ.

ഒരു വാക്കു നോക്കിയേ

ബെല്ലില്ലാ- ബ്രേയ്ക്കില്ലാ-
ശൂ..ന്ന്
ഒരൊറ്റവരവാണ് ചില വാക്കുകൾ.

ഇറങ്ങില്ല ദിവസങ്ങളോളം
ഡബിളും ത്രിബിളുമെടുത്ത്
കൈവിട്ടിറങ്ങി അമ്പരപ്പിക്കും.
മറ്റുചിലപ്പോൾ,
ഏകാകിയായലയും
പിറകിൽനിന്ന് വിസിലൂതിയാൽ,

കേട്ടഭാവം നടിക്കാതെ,
ഊടുവഴികളിലേക്ക്,
ഒടി മറയും.

സർവ്വേക്കല്ലിന് ചാരിവെച്ച്,
ചീട്ടു കശക്കുന്നുണ്ടാവും
ഒരോർമ്മ.

ഒരു കറക്കം
ഒരിറക്കം
ഒരു പോക്കുനോക്കിയേ,
എന്ന് നിങ്ങൾ പറയുമായിരിക്കും.

ഒരുകുമ്പിൾക്കുളിർ

നാലുവരിപ്പാതയ്ക്കിടയിൽ,
തെളിവാനമുള്ളിലൊതുക്കി,
ഒരു കുഞ്ഞുകവിത,
കുട്ടികളെപ്പോലെ,
കുലുങ്ങിച്ചിരിക്കുന്നു.

ഇഴയും വാഹനനദി,
ഹോണടിമുഴക്കം,
കാഴ്ചകളൊലിക്കും,
രണ്ടുവൻകര.

കാണുന്നീലാരും
ഒരുകുമ്പിൾക്കുളിർ,
പൊടുന്നനെയൊരു മിന്നൽ,
കുഞ്ഞുപൂവിനു ചുറ്റും,
പരിവേഷമായി..

കൺതുറന്നേവരും
കാണുകയായാരംഗം

ഈയിടെയായി,
നഗരത്തിരക്കിൽ,
ഇങ്ങനെ ചിലത്,
സംഭവിക്കാറുണ്ട്.
നാണംകുണുങ്ങിനില്പായി,
കുഞ്ഞുതുമ്പ!

പാട്

ഇലകളുടെ കൂട്ടത്തിലില്ല,
പൂവുകളുടെ കൂട്ടത്തിലുമില്ല.
ഭൂതകാലക്കൂളിരിലില്ല,
വർത്തമാനവെയിലിലിലാണ്.

വെള്ളില വെള്ളിലയെന്ന്
കുട്ടികൾ പോലും
വിളിച്ചു പറയുന്നുണ്ട്.

മുതുമുത്തച്ഛന്മാരാൽ
ചവിട്ടിയരയ്ക്കപ്പെട്ടവർ,

പുറം പൊള്ളിപ്പോയവർ,
ഒതുക്കി നിർത്തപ്പെട്ടവർ,
അവരുടെ പിന്മുറക്കാർ,
പിടഞ്ഞെണീറ്റ്,
നിവർന്നുനിന്ന്,
സത്യവെളിച്ചത്തിൽ,
ആത്മരോഷത്തോടെ,
വിരൽചൂണ്ടുകയാണ്,
തൊട്ട് തൊട്ട് കാണിക്കുകയാണ്.
കാണാത്ത പാപഭാരത്താൽ,
തറവാടിത്തഘോഷണത്തിന്റെ

ചീഞ്ഞളിഞ്ഞ ഗന്ധവുമായി
തലകുനിച്ച് നില്ക്കുകയാണ്,
ഈ വെള്ളിലകൾ

പഴികേട്ട്, പഴികേട്ട്,
വെളുത്തുപോയതാണെന്ന,
വിളർത്തുപോയതാണെന്ന,
സങ്കടമാരറിയാൻ..!

പണ്ടൊരിക്കൽ,
പച്ചതുടിച്ച,
ഇലകളായിരുന്നതിന്റെ,
സ്മരണകളായിരിക്കാം
കൊഴിഞ്ഞുവീഴുമ്പോൾ,
ബാക്കിയാവുന്നത്.

കാടിടം

കുളിരു പുതച്ചു നില്ക്കും
റിസോട്ടിന്റെയകത്തളം
കാടിനകം മണക്കുന്ന
ചുമർച്ചിത്രങ്ങൾ.

കരിമ്പാറക്കെട്ടിനുള്ളിൽ,
ഒലിച്ചിറങ്ങും കാട്ടാറ്,
കടുംനിറമൊഴുകുന്ന,
പച്ചിലച്ചാർത്ത്.

പലവട്ടമുറങ്ങിയ
മുറിക്കുള്ളിൽ നിറയുന്നു
ഒളിപ്പിച്ചു കടത്തിയ
കൊടുംവിപിനം.
അനങ്ങാപ്പാറയായന്ന്,
അഹങ്കാരമോടെനിന്ന,
ശിലയിപ്പോൾ റിസോട്ടിലെ,
ചവിട്ടുകല്ലായി
മദിച്ച പൂക്കളോരോന്നായി
വിരുന്നറയ്ക്കകമെത്തി
മഹാടവിയൊതുങ്ങുന്നു

പെരുമാളിലായ്.

52 പതാകകൾക്കിടയിൽ

മാധവൻ പുറച്ചേരി

സുഖം വാറ്റിയെടുത്തതാം,
ചഷകങ്ങൾ മോന്തിടുമ്പോൾ,
ഒരു കാടിറങ്ങിവന്ന്,
വാസനിക്കുന്നു.

ചുമരിലെ ചിത്രങ്ങളിൽ,
പുതുജീവൻ തുടിക്കയായ്
വനനിബിഡത ചുറ്റും
തിടം വെക്കയായി.

ഒരു മയക്കത്തിൽനിന്നും,
കുതറിയുണരും നേരം,
ഉതിരക്കൊതി പുതച്ച്,
കാടനങ്ങുന്നു.

തടം തകർത്തൊഴുകുന്ന,
വനഹൃദയ രക്തത്തിൽ
ഇടിഞ്ഞുവീഴുകയായി,
മഹാസൗധങ്ങൾ.
വിരൽചൂണ്ടിയടുക്കുന്നു,
ചിരപുരാതനരവർ,

പലവട്ടം ചാട്ടവാറിൻ,
പ്രഹരമേറ്റോർ.

അവനുപിന്നിലായി വന്നു,
കൊടുങ്കാടിൻ വിശപ്പുകൾ
പണ്ടണ്ടു നമ്മൾ കുഴിച്ചിട്ട,
അസ്ഥികൂടങ്ങൾ.
ആർത്തലച്ചു വരുന്നുണ്ട്,
ഇടിയുംമിന്നലുമേന്തി,
കടുംതുടി മുഴക്കുന്നു,
പ്രപഞ്ചമാകെ.
ലഹരി പുതച്ചയിരുൾ,

കെട്ടുപോയ സമയത്തും
കൊടുങ്കാടിരമ്പിയാർത്തു,
തലയ്ക്കുചുറ്റും.

ജൂൺ

ഒരൊറ്റപ്പെയ്ത്തിൽ,
നിറഞ്ഞുകവിഞ്ഞല്ലോ,
ഹരിതഭംഗിയിൽ,
വിടർന്ന പുസ്തകം.

അമ്മ, അമ്മിഞ്ഞയെന്ന്,
ചുണ്ടനക്കും കിളികൾ
പച്ചപ്പടർപ്പിൽക്കാണാം
പുൽച്ചാടികളക്ഷമം.

മണ്ണിലെഴുതി പഠിക്കുന്നു
വിണ്ണിൽനിന്നും വരുന്നവർ

അക്ഷരക്കുടയ്ക്കുള്ളിൽ
ഒളിക്കുന്ന കിനാവുകൾ.

കുന്നും മരങ്ങളും കാണാം
ഒന്നും മിണ്ടാത്ത പാറയും
കാടും കടലുമൊന്നിച്ച്
ഒരു പാട്ടിലിണങ്ങിയും

പാറിപ്പറന്നീടുന്നു,
കുഞ്ഞു കുഞ്ഞാകാശങ്ങൾ.

പടികടന്നുവരുന്നുണ്ട്,
പുതുതായ് പാഠപുസ്തകം.
മഴപ്പുസ്തകമടയ്ക്കുന്നു,
മധുരം മധുരാക്ഷരം.

ബ്ലൂ വെയിൽ

ഇന്റർനെറ്റിൽ,
തല പൂഴ്ത്തി,
വാട്സാപ്പിൽ,
മേഞ്ഞ്   ....മേഞ്ഞ്....
Fb#യിൽ നീന്തിക്കുളിച്ച,
യന്തിരനേ........
ഒളിച്ചിരുന്നിട്ടില്ല,
    കാടുകാട്ടിയൊരോർമ്മയില്ല,
    പൊട്ടിക്കരയാനറിയില്ല,
    പൊട്ടിച്ചിരിച്ച് ശീലമില്ല,
    ഭ˘ക്ഷØല കരയും ചിരിക്കും
കൈകൂപ്പും ഹായ്! പറയും.
കടൽക്കരയിലിരുന്നില്ല,

മഴനനഞ്ഞ് കുളിർത്തിട്ടില്ല,
വെയിൽ കുടിക്കാനറിയില്ല,
കൊടിപിടിച്ചില്ലൊരിക്കലും
കക്ഷിചേർന്ന ചരിത്രമില്ല.
കോമഡിയിലാവോളം,
            ഹൊററർക്ലിപ്പിങ്ങിലാകണ്ഠം
            സമൂലം വീഡിയോ ഗെയിമിൽ,
            ടിന്റുമോനായി,
ഡുണ്ടുമോളായി,

ഗൂഗിൾമാഷെ തൊട്ടു,
തൊട്ടുതൊട്ടങ്ങനെ..................
4 ജി ഗളസ്ഥമായിങ്ങനെയങ്ങനെ...
ആലോലചേതസാ ഭോഗിച്ച് ഭോഗിച്ച്
അടച്ചിട്ട മുറിയിൽ,
മൊബൈലിൽ,

സ്ക്രീനിൽ,
പരപരാവെട്ടത്തിൽ,
ഇരുളിലായവൻ

അവനറിഞ്ഞതേയില്ല,
പെരുവാ തുറന്ന്,
ഇറങ്ങിവരുന്ന നീലത്തിമിംഗലങ്ങളെ...
കൂർത്ത കൊമ്പുകൾക്കിടയിൽ,
നിലവിളിക്കുന്നുണ്ടവൻ

ഉഴിയൽ

തെളിഞ്ഞ പൊയ്കയിൽ,
വിരിഞ്ഞു പൂവുകൾ.
നിറഞ്ഞു മാനസം
കവിത മൂളുന്നു.

ഇരമ്പിയെത്തുന്നു,
കടൽത്തിരയെന്നാൽ,
പകർത്തിവെക്കുവാൻ,
കഴിയുന്നില്ലല്ലോ.

പനീർമഴപെയ്തു,
മണം പരക്കുന്നു.
വരവറിയിച്ചു,
മറഞ്ഞുപോവുന്നോ.

വിറയ്ക്കുന്നുണ്ടുടൽ,
മനംവിയർക്കുന്നു.
കുരുത്തക്കേടായി,
കടലാസു പൂക്കൾ.

നിറമഴപെയ്ത,
പുലരിച്ചന്തമേ.
വെയിൽകുടിച്ചുനിൻ

നനഞ്ഞ ചിത്രങ്ങൾ.

കനിവു പെയ്യുന്ന,
ഇരുമിഴിയെന്നിൽ.
പതിഞ്ഞതിൻപാടിൽ,
വെറുതെ തൊട്ടപ്പോൾ.

മുറിഞ്ഞ പാഴ്മരം
പതുക്കെ പാടുന്നു
ഒരുതുണ്ടു മേഘം
കുനിഞ്ഞിറങ്ങുന്നു.

ഒരു കുഴൽ വിളി,
ചെറുചിരിപ്പൊയ്ക.
ഒരു പീലി സ്പർശം
ഉഴിഞ്ഞുവോയെന്നെ...

വെള്ളത്തിൽ വരച്ച വര

ഉള്ളിൽ തെളിഞ്ഞു കാണാം
വെള്ളത്തിൽ വരച്ച വര
തൊട്ടതിൻ കുളിരിൽ,
തലോടുന്നു പതുക്കനെ,
മാഞ്ചോട്ടിലെ കളിവീട്,
മാഞ്ഞു പോയിട്ടില്ല,
ചോറും കറിയുമൊന്നും,
ഉണ്ടുതീർന്നിട്ടുമില്ല.
അടുത്ത വീട്ടിലെ കുട്ടി,
മരിച്ചു പോയിട്ടില്ല,
പാതിയീമ്പിയ മാങ്ങ,
രുചിച്ച രസബിന്ദുവിൽ

ഒറ്റയൊറ്റ ചിത്രത്തിൽ
ആയുസ്സു നിറയ്ക്കുകിൽ
നിശ്ചലനിമിഷത്തിൽ
തങ്ങി നില്ക്കാമിടയ്ക്കിടെ,
മഴ വരച്ച ചിത്രങ്ങൾ
മാഞ്ഞുപോകാതിലയിൽ,
നീരൊഴുക്കിൻ വഴിയിൽ
ഒലിച്ചതിന്റെയോർമ,
കഴിഞ്ഞ കാര്യങ്ങളീ വിധം
തൊട്ടു തൊട്ടു നടക്കുകിൽ
മരണം വന്നു വിളിച്ചാലും
അറിയാതെയിരുന്നിടാം.

ഠോ..... ഠോ..

ഉണ്ടായിരുന്നില്ല,
ഉപ്പുകുറുക്കൽ,
നൂൽനൂറ്റിരിക്കൽ,
അഹിംസാവ്രതം,
സർവ്വമതപ്രാർത്ഥന
അർദ്ധനഗ്നനായി,
വടികുത്തി,
ഗീതയുമേന്തി,

ആസേതുഹിമാചലം
സഹനസമരം
ഉണ്ടായിരുന്നതേയില്ല
ഗാന്ധി, ടാഗോർ, കബീർ
ഉണ്ടായിരുന്നവർ,
ഗീത, തോക്ക്,
മനുസ്മൃതി,
പുല്ലുതീനികൾ,
ഉണ്ടായിരുന്നു നരേന്ദ്രാ
ഗോഡ്സേ.
ഠോ..ഠോ....

കലണ്ടർ

കലണ്ടറിനുള്ളിൽ,
    കഴിഞ്ഞകാലങ്ങൾ,
    വർത്തമാനമിടിപ്പ്,
    അതിവിസ്തൃതഭാവി.

ഇരതേടിയിറങ്ങും
        ഒരുവേട്ടക്കാരൻ,
        കൂർത്തനഖങ്ങളിൽ,
        ചോരയും മാംസത്തുണ്ടും.

വെളിവാകുന്നെല്ലാം
ഇരയായിങ്ങനെ,
    കയറിയിറങ്ങുമ്പോൾ,
ചിലപ്പോളൊരു വേട്ട.

മുഖദർശനം കാത്ത്,
        മുളച്ചുവരുന്നുണ്ട്,
        ചില വാക്കുകൾ,
        അക്ഷമമിളകുന്നു.

ചുമരിലിങ്ങനെ,
ഇളകാതിരിക്കുന്നു,
        തിരമാലകളാണ്,
        അകത്തെന്നറിയാതെ

ജന്മാവകാശം

വീടിന് മുന്നിൽ,
പെറ്റുകിടക്കുന്ന പൂച്ച,
വാതിൽ തുറക്കുമ്പോൾ,
ആർത്തിയോടെ,
ഉള്ളിലേക്കുനോക്കും.

പഴങ്കഥ കേട്ടതുപോലെ,
പതുക്കെ മുരളും
ജനൽ തുറന്നിട്ടാൽ
കണ്ണുകൾ വിടരും.
വീട്ടിൽനിന്നൊരാളെ,
ഇറക്കിവിട്ടതിന്റെ
ഈർഷ്യയായി,
കുഞ്ഞുങ്ങളെപ്പറ്റിക്കിടക്കും.

ചിലപ്പോൾ,
ഈ വീടിന്റെയുടമയാരെന്ന്,
ഗൗരവത്തോടെ നോക്കും,
പലവട്ടം ശപിക്കാനൊരുങ്ങുമ്പോൾ,
വാതിൽ തുറന്നിറങ്ങി വരുന്ന,
കുട്ടികളെ കണ്ട്,
മ്യാവൂ മ്യാവൂ എന്നു പതുങ്ങും.

ഇറയത്തെ കസേരയ്ക്കടിയിൽ,
കുഞ്ഞുങ്ങളെയുറക്കി,
ആകാശത്തെ കാവൽ നിർത്തി,
ഒരു പോക്കുണ്ട്
തിരിച്ചുവരുമ്പോൾ,
ശൗര്യത്തോടെ,

മീശ വിറപ്പിച്ചുകൊണ്ട്,
ഒരു നോട്ടമുണ്ട്,
എത്ര വലിയ വീടിനെയും,
ദഹിപ്പിക്കുന്നത്,
പൂച്ചയാണെന്ന് തോന്നുകയേയില്ല.

പകർന്നാട്ടം

മണ്ണിൽ ചവിട്ടി നടക്കേണം
വിണ്ണിനെയുള്ളിൽ നിറയ്ക്കേണം
കിളിയായി മാനമളക്കേണം
മീനായ് പുഴയിൽത്തിമിർക്കേണം
ആതിരത്താരമായ് നിന്നാലും
ആവണിപ്പൂവായി വിരിയേണം
പലതായിത്തീരാൻ കഴിഞ്ഞാലേ,
കവിജന്മമെന്ന് വിളിക്കാവൂ.
പുഴുവായൊളിച്ചതറിയില്ല,
പൂമ്പാറ്റ പാറിപ്പറക്കുന്നു.
തേനായി നുണയുമ്പോളറിയില്ല,
നോവിൽപ്പിടയും പിടച്ചിലുകൾ.
ഉടലാകെ മുറിയുമ്പോളറിയില്ല,

തുളവീണൊരാത്മാവ് പാടുന്നു.

മണ്ണിൽ ചവിട്ടി നടക്കുമ്പോൾ,
വിണ്ണായി മാറിയീ ഭൂമിയപ്പോൾ.
മാനമളന്നുപറക്കുമ്പോൾ,
മണ്ണായിമണക്കുന്നു വിണ്ണുപോലും.
ആകാശനാദപ്രപഞ്ചമാകെ,
തുമ്പച്ചിറകിലൊളിക്കുന്നു.
തുമ്പപ്പാട്ടൊന്നു ഞാൻ മൂളുമ്പോൾ,
തുമ്പമകന്നു പൊന്നോണമായ്.
പലതായി തീരാൻ കഴിഞ്ഞാലേ
കവിജന്മമെന്നുവിളിക്കാവൂ.

ബാധ

ഒരു വയൽ കുറെനാളായി,
ഉള്ളിൽ കുരുങ്ങിക്കിടക്കുന്നു.
ജൈവ കൃഷി പ്രദർശനം കണ്ടപ്പോൾ,
കറുത്തല്ലിക്കണ്ണനും, കോഴിവാലനും,
തവളക്കണ്ണനും, ചെങ്കിരിയാനും,
ഉണ്ടക്കയമയും, പലക്ലിക്കിൽ,
കൂടെവന്നു.
പലബോക്സുകളിലായി,

വാരിവിതച്ചു.
വിത്തെറിഞ്ഞു കൊടുക്കുമ്പോൾ,
വല്ലാത്തൊരു നാണം.
പുഞ്ചപ്പാടത്തെ പൂങ്കുയിലേ,

എന്ന റിങ് ടോണിട്ട്,
ജലസേചിച്ചു.
ഇനിയിപ്പോൾ,
ഒരു കൊയ്ത്ത്പാട്ടുകൂടി കയറ്റണം,
ഒരു മലയാളിയാവുകയെത്രപ്രയാസം!

ഭൂപടപാഠാവലി

ഏത് ഡ്രോയിങ്ങ് മാഷാണ് മാഷേ,
ഭൂപടമിങ്ങനെ വരച്ചു വെച്ചു.

തന്നയൽക്കാരനെ ശത്രുവാക്കി
ഓരോവരയുമൊരുക്കി വെച്ചു.

പാഴ്വരനോക്കി വെടിയുതിർത്തു
ചോരചവിട്ടിക്കടന്നുപോയി.

കാരണമൊന്നുമറിഞ്ഞിടാതെ,
സംശയമുള്ളിൽ നിറച്ചുവെച്ചു

ഉറ്റവർകൊന്ന ചരിത്രമാണ്,
പാറും പതാക പറഞ്ഞിടുന്നു.

ഒരുക്കം

എത്രവട്ടം ഞൊറിഞ്ഞുടുത്തിട്ടും
കടൽച്ചേലയതേപടി

കാർണിവൽ

പയ്യന്നൂർ കാർണിവലിൽ,
പല കാഴ്ചകൾ കാണുന്നു
വനഹൃദയംപോലൊന്ന്,
പറിച്ചെടുത്തുവച്ചത്.

അലറും മൃഗരാജാവ്,
മാൻകുട്ടികൾ മോഹനം
തുമ്പിക്കൈകളിളക്കുന്നു,
മലയാളത്തിന്റെയുത്സവം
ഒരൊറ്റക്കാഴ്ച തുറന്നിട്ടു,

കൊടുങ്കാടിൻ കിതപ്പുകൾ
കാട്ടുപോത്തിന്നലർച്ചയിൽ,
ഭയന്നു ചിരപുരാതനൻ.

തൊട്ടടുത്തൊരു കുട്ടി,
പൊട്ടിപ്പൊട്ടിച്ചിരിക്കയായ്.
ജിയോഗ്രാഫിക് ചാനലിൽ,
നേർക്കാഴ്ചകൾ കണ്ടവൻ.

കാട് ചിന്നം വിളിക്കുന്നു,
കാവ്യോന്മാദലഹരിയിൽ,
കുടത്തിൽ ജലം നിറയ്ക്കുമ്പോൾ

അമ്പേറ്റു വീണുപോയി ഞാൻ.

പൊട്ടിച്ചിരിക്കും കുട്ടി,
പുതുലോകമറിഞ്ഞവൻ
വിരൽത്തുമ്പിൽ ലോകം
അവന്റെ മുന്നിൽ നില്ക്കയായ്.

അവനു കളിപ്പാട്ടം
കാടും വീടും കരച്ചിലും
വെറുതെ ചിന്ത കുടഞ്ഞിട്ടു,
യാന്ത്രികമൃഗശാലയിൽ.

ഒരു ചിത്രം കാണുമ്പോൾ,
വീണുപോകുന്നവൻ പാവം,
കവിയെന്നുവിളിക്കുമ്പോൾ,
കുളിർകോരി പുതപ്പവൻ.

ഒരു വാക്കിൽപ്പിടയുന്നു,
പലനേരം പരസ്പരം.
ഒരു നോക്കിൽ തളിർക്കുന്നു,
പാവം!പാവം! പുരാതൻ

മാമ്പച്ച

പണ്ട് നട്ട മാവ്,
പച്ചപ്പച്ചയായി,
നിന്നിടത്തുനിന്ന്,
മെല്ലെയെഴുന്നേറ്റു.

എന്നോടൊപ്പമായി,
ചേർന്നു നിന്ന നേരം
നെറുകയിൽ തലോടി
കുളിര് വീശി നിന്നു.

പണ്ട് നട്ട മാവ്,
പിന്നെയും വളർന്ന്,
എന്നെയും കടന്ന്
വഴിതെളിക്കയായി.

തൊടിയിലന്നു നട്ട,
നിറവിലിന്ന് കാണാം,
ചിരി നിറച്ച് നീയും
കൊതി നിറച്ച് ഞാനും.

നീ വളർന്ന പച്ച
തണലിലായിരുന്ന്,
നിന്നെ നോക്കിയിന്ന്,

കുളിര് കോരി നിന്നു.

പുളി കടഞ്ഞെടുത്ത്,
തേൻ മധുരമായി,
നീ നിറഞ്ഞു നിന്നു,
കണ്ട്, കൺനിറഞ്ഞു.

മധുരമെന്നിൽ നിന്നും
നീ കറന്നെടുത്തു,
പുളി നിറഞ്ഞു വന്നു,
മധുരമില്ല തെല്ലും.

നട്ടതാരീ മാവ്,
കുഴിയിലിരുള് വീണു,
തലയുയർത്തി നിന്നു,
കട്ടിയിരുൾപ്പച്ച

കവിത

പോയ കാലത്തിൽ നിന്ന്,
പിഴുതെടുത്ത ഒരോർമ്മ,
ഉപ്പിൽ നിന്നുപ്പായതിനെ,
ഊറ്റിയെടുക്കുന്നതുപോൽ,
കവിതയിൽ നട്ടുനനച്ചു.

പേരറിയാമരം

പ്രാർത്ഥന

ആളൊഴിഞ്ഞ തപാലാപ്പീസിൽ,
ഒറ്റരൂപാ സ്റ്റാമ്പിൽ,
സുതാര്യമായൊരുചിരി
തിളങ്ങുന്ന കണ്ണട

കുരിശിൽ നിന്ന,
അതേ തിളക്കം
    'എന്റെ ഗുരുനാഥ'നിൽ,
ഇത്ര ഭംഗിയില്ല.
കറൻസിയിലിരുത്തം വന്നിട്ടില്ല.

രാജ്ഘട്ടിൽ,
പ്രതിമയിൽ,
ഇത്ര സ്വസ്ഥനല്ല!

*ഗീത*യിലോ, *ഖുറാനി*ലോ,
*ബൈബിളി*ലോ
സന്തുഷ്ടിയറിഞ്ഞിരുന്നില്ല.

ഇരുകവിളിലും,
ആഞ്ഞടിക്കണമേ,
എന്ന പ്രാർത്ഥനയോടെ
ഒറ്റരൂപാസ്റ്റാമ്പിൽ

രഹസ്യം

ഉസ്കൂള് വിട്ട് പിരിഞ്ഞനാളിൽ
സങ്കടം നെഞ്ചിൽ നിറഞ്ഞനേരം
പ്രേമമെന്നെഴുതിയ വിത്തെടുത്ത്
മണ്ണിൽ ആഴത്തിൽ കുഴിച്ചുനട്ടു.
മഴമേഘമെല്ലാമറിഞ്ഞിരുന്നു.
കാറ്റിനോടെല്ലാം പറഞ്ഞിരുന്നു.
പൂമരമേ നിനക്കോർമ്മയുണ്ടോ
മണ്ണിലൊളിച്ചു നടന്ന നാൾകൾ?

വിഭക്തം

ഒരു ബെഞ്ചിൽ, ഒരു പാട്ടിൽ
ആടിപ്പാടിയൊരോർമ്മ,
വഴിവക്കിലിരുന്ന് കൊഞ്ഞനം കുത്തുന്നു.
കണ്ണുതിരുമ്മി എഴുന്നേറ്റപ്പോൾ
പല വൻകരകൾ!

ചരമവാർഷികം

ഓടിയെത്തിയൊരൊച്ച,
ചിൽ....ചിൽ
പുളിമാവുണ്ടായിരുന്നിടത്ത്.
ഓർത്തോർത്ത്
നുണച്ചിറക്കുന്നുണ്ട്....
പുളിമധുരങ്ങൾ

ചൂണ്ടുവിരൽ

ഒരു ചൂണ്ടു വിരലുണ്ട്,
നേരെ നീണ്ടു വരുന്നത്
ഇര തേടിയാണോ....
ഇണയായി മാറുമോ
തെറിയായി പടരുമോ ,

കെണിയായി മാറുമോ
ഒരു ചൂണ്ടുവിരലുണ്ട്....,
മുഴുശരീരമായി ,
കുരുത്തക്കേടിന്റെ,
കൊടിയടയാളമായി.

എഴുത്തച്ഛ(മ്മ)ൻ

നാളെ എഴുതാമെന്ന്,
ഇന്ന് നീട്ടിവെച്ച കവിത
ഇറങ്ങിപ്പോയി....

നാളെ കാണാമെന്ന്,
പറഞ്ഞവനെ,
കാണേണ്ടിവന്നില്ല
പറയാനുദ്ദേശിച്ചത്,
പറയാതെ വെച്ചത്,
പറഞ്ഞിട്ടില്ലിതേ വരെ....

എഴുതാത്തത്,
കാണാത്തത്,
പറയാത്തത്,
ഇന്നെഴുതിയതിൽ,
വായിച്ചെടുക്കുന്ന,
എഴുത്തച്ഛാ ,
എഴുത്തമ്മേ,
കാപ്പാക്കണേ !

ഗൂഗിൾപ്പാട്ട്

വെയിൽസ്ലേറ്റിൽ,
മഴപ്പെൻസിലെഴുതി,
ആമരം
ഈമരം
മരാമരം....
കിളിമരം.

ഒരു ക്ലിക്കിൽ
എഴുത്തച്ഛൻ
വരിവരിയായി എഴുത്തുകൾ

കണ്ണുറച്ചിട്ടുണ്ട്,
കാതുറച്ചില്ല,
വഴിവക്കിൽ,
പൂപ്പുഞ്ചിരി മാടിവിളിച്ചില്ല.

സ്ലെയിറ്റും പെൻസിലും
ദൂരെ കളഞ്ഞു,
എന്റെ ടാബേ...
എന്റെ ഗൂഗിൾമാഷേ,
എന്ന് വിളിക്കുന്നത്,
കേട്ടവരുണ്ട്.

80

പതാകകൾക്കിടയിൽ

മാധവൻ പുറച്ചേരി

അമ്മക്കുന്നുകൾ,
കണ്ണു തുരന്നെടുത്ത്,
തിരുമുന്നിൽ വെച്ചിട്ടും,
തിരിച്ചുകിട്ടിയില്ലല്ലോ
ഒന്നും തിരിച്ചുകിട്ടിയില്ലല്ലോ

ഒച്ച

ഇരുവരുണ്ടുള്ളിൽ,
ഇണക്കമില്ലാത്തോർ
പലരുചികളിൽ
പകുത്തുവെച്ചവർ

ഒരുത്തൻ കാവ്യത്തിൽ
രസിച്ചുലയെ,മ-
റ്റൊരുത്തനോ, സദാ
ചിരിച്ചു തുള്ളിടും,

ഒരു ചെറുമുള,
മിഴിതുറക്കുന്ന,
ഒരൊറ്റമാത്രയിൽ,
നിറഞ്ഞുപോമൊരാൾ

ഒരാൽമരം തന്നെ,
മറിഞ്ഞുവീഴ്കിലും,
കുലുക്കമില്ലാതെ,
ഇരിപ്പു ചങ്ങാതി.

ഒരുവനങ്ങനെ,
പരമാനന്ദത്തിൽ
അപരനിങ്ങനെ,
പരമഹാസത്തിൽ.

ഇരുവരുമുള്ളിൽ,
ഇരുപക്ഷങ്ങളിൽ
ഇടഞ്ഞുനില്ക്കുമ്പോൾ,
പെരുങ്കലിയാട്ടം.

ഉടഞ്ഞ തോടായി,
കവിതപാഴായി.
ഒരുകിളിയൊച്ച,
ചിറകു ചിക്കുന്നു.

പലമ

മഴപ്പുസ്തകത്തിൽ
വിടർന്ന ചിത്രങ്ങൾ
ഇലപ്പച്ചമൂളും
വഴിത്താരയാകെ.

പിറക്കുന്നു ജൂണിൽ
പുതുപുത്തനായി
രമിക്കുന്നു ലോകം
കുരുന്നുത്സവത്താൽ.

നിറക്കുന്നു മണ്ണിൽ
വരകൾ വർണ്ണങ്ങൾ
തുടിക്കുന്നു പെൻസിൽ
വിരൽസ്പർശമേല്ക്കാൻ

കളർച്ചോക്കുമേന്തി
പുറപ്പെട്ടുനില്ക്കും
മഴക്കാറിനാകെ
തിടുക്കം തിളക്കം.

മടിക്കേണ്ട കുഞ്ഞേ
വിളിക്കുന്നു മൈന

മഴത്തുള്ളിയൊപ്പം
നടക്കാനിറങ്ങി.

തുറക്കുന്നു വാതിൽ
പല പുസ്തകത്താൽ
രസിക്കുന്നു പിന്നെ
കളിക്കാം പഠിക്കാം.
പല കൂട്ടുകാരിൽ
തളിർക്കും പ്രപഞ്ചം
പലമയീമണ്ണിൽ

കരുണാകടാക്ഷം
പലനിറപ്പച്ച
　　പലനിറപ്പൂക്കൾ
　　പടം വരയ്ക്കുന്നു
　　നിറമേളയായി.

നിനക്കും വരയ്ക്കാൻ
നിറക്കൂട്ടൊരുക്കി
വിളിക്കുമാകാശം
മടിക്കേണ്ട കുഞ്ഞേ.

സച്ചിദാനന്ദൻ@70

ഓർമ്മയിലുണ്ട്,
പൊടിമീശ മുളച്ച,
കവിതക്കാലം.
വയലും തോടും
നാട്ടിടവഴിയും
തെളിയും കാലം

ചോരതുടിക്കും
യൗവ്വനമെന്നിൽ,

നിന്നു തിളച്ചു....

നീയെഴുതുന്നു,
ഞാനെഴുതുമ്പോൾ,
വിസ്മയഭരിതം.

എന്നുടെ ബാല്യം
മുറിയും പ്രണയം
നിന്നുടെ വരികൾ
കയ്പുകറന്നൊരു,
പിടയും രാത്രി,
നീയെഴുതുന്നു.

ഞാനതിൽ വെന്തു-
കിടക്കും വാക്കുകൾ.
എന്റെ കിനാവുകൾ,
ദുഃസ്വപ്നങ്ങൾ.
വഴിയിൽ വീണൊരു,
പുലരിമിടിപ്പ്.

പകുത്തുതരുന്നു,
വ്യഥയിൽ വേവും
ബോധിത്തണൽ.
നീയെഴുതുമ്പോൾ,

തെരുവിൽ ഗാന്ധി,
മിടിപ്പിൽ ടാഗോർ,
ഒരുപിടി വാക്കിൻ,
തുടുനാരായം.
കിളിമകൾ,
കായിക്കരയിലെ മണ്ണ്.
നീയെഴുതുമ്പോൾ
വില്ലുകുലയ്ക്കും
വിലങ്ങൻ കുന്ന്.
ചിലിയുടെ കണ്ണായി,

നെരൂദ
മുറിവിൽപ്പിടയും
മഹ്മൂദ് ദർവിഷ്.
പലപലപക്ഷികൾ,
പലദേശങ്ങൾ
രുചികൾ പൊട്ടിച്ചിരികൾ
പൂവുകൾ തീർക്കും വീടുകൾ
പെണ്ണായിത്തീരും മൊഴികൾ
നിന്നോടൊപ്പം മാലിയിൽ,
ഘാനയിൽ,
വെടിയുപ്പായി,

വിയറ്റ്നാം മണ്ണിൽ.
കണ്ടൂ കാറൽമാർക്സിനെ,ലെനിനെ
സംവാദത്തിൽ പൊട്ടിമുളയ്ക്കും
സ്നേഹമരങ്ങൾ

കാണുന്നു നാം
സിറിയയിൽ,കാശ്മീരത്തിൽ
ചോരപ്പൂവായി വീഴും,
പൊന്നോമനകൾ.
കണ്ടൂ കാണാക്കാഴ്ചകൾ,
ഭൂഖണ്ഡാന്തര യാത്രകൾ,

തെരുവിൽ കത്തും വാക്കുകൾ..
വാക്കുകളല്ല,
ഉടലുകൾ ഉടലുകൾ
എഴുപതു വയസ്സായില്ല നിനക്ക്
അമ്പത്തിനാലു പിറക്കുകയല്ലേ

പതാകകൾക്കിടയിൽ

ആകാശത്തിനുകീഴിൽ,
ഒരു വിതുമ്പലായി വന്ന കാറ്റ്,
അതിർത്തികളിൽ തടഞ്ഞുവെക്കപ്പെട്ടു.
കവിഞ്ഞൊഴുകിയ ഒരു കിണറായിരുന്നവൾ,
നിന്നനില്പിൽ വറ്റിവരണ്ടു.

തോണി തുഴഞ്ഞെത്തിയ സങ്കടം
ഒരു കോട്ടുവാ കേട്ട് മരവിച്ചു.
കുഞ്ഞുങ്ങളുടെ നിശ്ശബ്ദത,
അത്ഭുതപ്പെടുത്തുന്നതായിരുന്നു.
അതൃപ്തരായ സൈനികർ,
തുരുതുരാ വെടിയുതിർത്തു.

പിടഞ്ഞുവീണ ഒരു കിളിയും
നിലവിളിക്കുന്നുണ്ടായിരുന്നില്ല.
നിഴലുകൾ കുമിഞ്ഞു കൂടിയ അതിർത്തികൾ,
മുഖമില്ലാത്തവരാൽ അലങ്കരിക്കപ്പെട്ടു.
രണ്ട് പതാകകൾക്കിടയിൽ,
ചിതറിപ്പോയ രാത്രി,
അടഞ്ഞ കവാടത്തിനുമുന്നിൽ,
കുനിഞ്ഞിരുന്നു..

ഭൂപടങ്ങളിൽനിന്നും
പറിച്ചെറിയപ്പെട്ടതിന്റെ,
മുറിപ്പാടുമായി,
ചെറിയ ചെറിയ ഭാണ്ഡങ്ങൾ,
വരിവരിയായി

വാക്കേ..... വാക്കേ

നല്ലവാക്കും തെറിവാക്കും
തെരുവിൽ കണ്ടുമുട്ടി.
വെട്ടിയൊതുക്കിയ ചിരിയിൽ,
അണിഞ്ഞൊരുങ്ങി,
യൂണിഫോമിലാണ്,
നല്ലവാക്ക്.
അനുസരണയും വിധേയത്വവും
കുണുങ്ങിക്കുണുങ്ങിയുള്ള നടത്തവും
ചന്തമുള്ളതായിരുന്നു.

പൊടിമണ്ണിൽ കുളിച്ച്,
തുപ്പല്പുരണ്ട്,

മദ്യംമണത്ത്,
ബീഡിയിലെരിഞ്ഞ്,
പൊട്ടിത്തെറിയിൽ ഞെരിഞ്ഞ്,
കോലംകെട്ട തെറിവാക്ക്,
നല്ലവാക്കിനെ,
കൺകുളിർക്കെ നോക്കിനിന്നു.
സുകൃതംചെയ്തജന്മമേയെന്ന,
നെടുവീർപ്പ്, തെറിവാക്കിൽനിന്നുയർന്നു.

ഒരു പൊട്ടിക്കരച്ചിലിൽ,

ഉടുപ്പിലാഡംബരമഴിച്ചുവെച്ച്,
നല്ലവാക്ക്, തെറിവാക്കിനെ,
കെട്ടിപ്പുണർന്നു.
സത്യം പറയാനുള്ള ശേഷി,
നഷ്ടപ്പെട്ട നല്ലവാക്ക്,
ഒരുവിതുമ്പലായി....
വിശുദ്ധമായ ഒരു തഴുകലായി,

തെറിവാക്ക്.

മറ്റൊരുവിധമായിരുന്നെങ്കിൽ

റെയിൽവെ ട്രാക്കിനിടയിൽ,
ആരും കാണാതെയിരിപ്പാണ്,
കുഞ്ഞുപച്ചകൾക്കിടയിൽ,
പാവമൊരു തുമ്പ

പൂക്കളിൽ നീയേ ഭാഗ്യവതിയെന്ന്,
ഓർമ്മകൾത്തികട്ടിയരച്ച്,
കൂകിപ്പായുന്നുണ്ട് വയൽക്കാലം
ഞെരിഞ്ഞമരുന്നുണ്ടൊരു പാട്ട്.

വിരുന്നുവന്ന കിളിപ്പേച്ചുകൾ
ഉള്ളിലേക്ക് നിറഞ്ഞില്ല,
റെയിൽപ്പാളത്തിലേക്ക്,

പലവട്ടം തലനീണ്ടതാണ്.

ഹാ.. തുമ്പപ്പൂ തുമ്പപ്പൂവെന്ന്,
പാഠപുസ്തക പരിചയത്തിൽ,
കുഞ്ഞുമുഖങ്ങൾ,
ആർത്തുവിളിച്ചില്ലായിരുന്നെങ്കിൽ!

ഇനിപ്പവല്ലരി

കയ്പ്പവല്ലരിയെപ്പറ്റിയുള്ള കവിത
അത് വായിച്ചിട്ടില്ല.
കയ്പ്പാണതിന്റെ രുചിയെന്ന്,
അതിനറിയില്ല.

പന്തലിട്ടുകൊടുത്താൽ,
അതിനനുസരിച്ച്,
ഇല്ലെങ്കിൽ,
അതിനനുസരിച്ച്....
ഹരിതമേഘപരമ്പരയായി,
പച്ചരക്തപ്പടർപ്പായി,
കവിതയിൽ കയറിക്കൂടിയതിന്

അത് ഉത്തരവാദിയല്ല.

വെള്ളവും, വളവും കിട്ടുന്ന മുറയ്ക്ക്,
കായ്കൾ പൊട്ടിമുളയ്ക്കും
കയ്പ് കൂട്ടിക്കൂട്ടി വരുന്നുണ്ടാവും
കയ്പ്പതിന് ഇനിപ്പല്ലെന്നാർക്കറിയാം!

തിളനില

വഴിവക്കിലൊരു
പത്തു വയസ്സുകാരി
മറുനാട്ടുഭാഷയിൽ
പിറുപിറുക്കുന്നു

അടുപ്പിലൂതിയൂതി
തെളിക്കുന്നു, പക്ഷേ,
തിളയ്ക്കുന്നയുള്ളം
തുറക്കുന്നിടയ്ക്കിടെ..

മിനുക്കമില്ലാതെ,
പാറിപ്പറക്കും
മുടിച്ചുരുൾ മാറ്റി
മിഴിച്ചു നോക്കുന്നു..

ഇരുമിഴിയിലും
തങ്ങി നില്പുണ്ട്,
ഇവിടെ ഞാനുണ്ടെന്ന
മെലിവാർന്ന ചിത്രം

എഴുത്തെരിക്കുന്നു,
അടുപ്പിലായവൾ,
നടന്നു പോകുന്നു,
ചിലയെഴുത്തുകൾ.

ഒടുവിൽ

പനി വന്നു മുടിപ്പുതച്ച്,
കിടക്കുമ്പോൾ,
മുറിയിലുമ്പായിയുടെ,
ഗസലൊഴുകി

ഒട്ടും തിരിച്ചറിഞ്ഞീല,
കവിതയും
ഉമ്പായിയുടെ ഗാനലയവും.

പനിയൊന്നിറങ്ങുമ്പോൾ
കവിതയെന്നിൽ വന്ന്,
പനീർമഴ പെയ്തതോർക്കുന്നു..
മഴപെയ്തു പോയാലും
എത്രയോ ഹൃദ്യമീ,
മരം പെയ്യുമനവദ്യഗാനം.

ഉമ്മ വയ്ക്കുമ്പോൾ,
ഉണരുകയായി,
ചുറ്റിലും ചിത്രശലഭങ്ങൾ

ചിരിമഴയൊന്നിൽ,
തളിർക്കുകയായി,
മണ്ണിൽ സൂക്ഷിച്ച പ്രണയങ്ങൾ

പാടി നിർത്താതെ,
പരിഭവം പറയാതെ,

ഒരു ഗസൽ പോലെ മായുന്നു
ആ മരത്തിൻ വളവ്,
കടന്നതേയുള്ളൂ,
പിന്നിൽ കിതപ്പായി ഞാനും

മഴയുമ്മ

വിത്തിനുള്ളിലൊളിച്ചിരിക്കും
കുഞ്ഞു ചിരി കാണാൻ.
വിണ്ണിനുള്ളിൽ വന്നൊളിക്കും
മേഘശകലങ്ങൾ
പൂക്കളായി കവിളിലുമ്മ,
തരുന്ന നേരത്ത്,
കൺ തുറന്നു വന്നിറങ്ങി,
മിഴി തെളിക്കുന്നു

അതിഥി

ഒരുടലിൽ
പലവേഷങ്ങൾ,
മിന്നി മറയാറുണ്ട്.

ഒരൊറ്റക്കാഴ്ചയാൽ,
പലചിത്രങ്ങൾ,
കയറിക്കൂടാറുണ്ട്.

ഒരു ചൂണ്ടയാൽ,
പ്രതീക്ഷിക്കാത്ത അതിഥി,
കുരുങ്ങാറുണ്ട്

ഒരു വായനയിലാണ്, ചങ്ങാതി,
നമ്മുടെ ഉടലുകൾ,
മാറിപ്പോയത്

മഹാ..ബലി

വട്ടമടയിൽ നിന്നൊരു കവിത
ചരക്കു ലോറിയിൽ കയറി
നഗരത്തിലിറങ്ങി..
തിളച്ചുമറിയുന്ന,
കുഞ്ഞിക്കലത്തിൽ നിന്നും
പിടയ്ക്കുന്ന ഒരു വാക്ക്

ഇങ്ങനെയൊരു കവിത
റോഡ് ക്രോസ് ചെയ്ത്
നിങ്ങളുടെ മുന്നിലെത്തുമ്പോൾ,
അമ്പരക്കാതിരിക്കില്ല

തലോലിക്കാത്ത,
ഊരുകളിൽ നിന്ന്,
കേട്ട് ശീലിക്കാത്ത,
ഈണങ്ങളിൽ നിന്ന്,
ഇന്ദ്രവജ്രയോ,
ഉപേന്ദ്രവജ്രയോ,
അകമ്പടിയില്ലാതെ
പച്ചക്കിഴങ്ങ് കടിച്ച് തിന്നുന്ന,
ഒരു പച്ചക്കവിത
ഒരു നിമിഷം,
വൈകിയില്ലൊട്ടും

നാൻ പെറ്റ മകനേ...,
എന്ന നിലവിളിയിലേക്ക്,
ചവിട്ടി താഴ്ത്തി,
അത്ര തന്നെ

ലയം

മരിച്ചയാളുകൾ,
പോകുമിടങ്ങളിൽ,
കവിതയെത്തുമോ

എരിഞ്ഞടങ്ങിയ,
ചിതയിലങ്ങനെ,
അടക്കം ചെയ്യുന്ന
ഖബറിലങ്ങനെ,
ഒഴുക്കിയ ഭസ്മ-
നദിയിലങ്ങനെ.

മരിച്ചയാളുകൾ,
പോകാനിടയുള്ള,
ഇടങ്ങളിൽ നിന്ന്,
പിറവി കൊണ്ടിടും
പുതുമയിലേക്ക്,
മരിച്ചുവീഴുമോ ?

പാസ് വേഡ്

കവിതയിലേക്ക്,
കയറാനും ഇറങ്ങാനും
പലവഴികൾ കണ്ട്,
പണ്ഡിതന് കലിവന്നു.

കവാടമെവിടെ..?
ചുമരുകളില്ലാത്ത,
മേൽക്കൂരയില്ലാത്ത,
തൂണുകളില്ലാത്തിടത്ത്
അലങ്കാരങ്ങൾ,
ആരെ വിശ്വസിച്ച്,

അന്തിയുറങ്ങും?

വൃത്തമില്ലാത്തിടത്ത്,
വാക്കിൻ മഹാശില്പം
ഒറ്റയ്ക്ക് നില്ക്കുന്നതെങ്ങനെ...

കവിത വാസനിപ്പിച്ച്,
കാറ്റ് കടന്നുപോയി.

ചുമരില്ലാത്ത ചിത്രങ്ങൾ
വന്നുകൊണ്ടേയിരുന്നു.

കൊഴിഞ്ഞ ഇലകൾ,
അടയാള മുദ്രകാട്ടി.
അയാൾ പഠിച്ചതിലൊന്നും
അങ്ങനെയൊരു മുദ്രയില്ലായിരുന്നു!.

ഞാനും നീയും

ഗർഭപാത്രത്തിൽ കിടക്കുമ്പോൾ
പതുപതുത്ത മെത്തയായി
നീ ചവിട്ടിയാനന്ദിച്ചു.
ഞാൻ ആനന്ദവർഷം പൊഴിച്ചു.

പൊക്കിൾക്കൊടിയായിരുന്നു,
നിന്റെ കരുത്ത്.
ഞാൻ ചോര വീഞ്ഞാക്കി,
നിനക്കതറിയില്ലായിരുന്നു.
നിനക്കൊരുക്കിയ,
മുന്തിരിത്തോട്ടത്തിൽ,
സ്വാദിഷ്ടമായ ഫലങ്ങൾ,
ഭൂമിയായിരുന്നു ഞാൻ

പ്രാണഞരമ്പു മുറുക്കി,
നിന്റെ മേനിയിൽ നിറച്ചത്,
പ്രണയരാഗമായിരുന്നു,
നീയതു കരുതിവെച്ചില്ല.

ഈറ്റുപായയിലെ കരച്ചിലിൽ,
ഉടലറുത്ത വേവുകൾ,
കുടഞ്ഞുകളയുമ്പോൾ,

ചുരന്ന മുലകളെ നിനക്കറിയില്ല.
നിന്നെ ഉണർത്താതിരിക്കാൻ,
തടഞ്ഞുവെച്ച നെടുവീർപ്പുകൾ
ഉടലുരുക്കിയ വേനൽ ഞരമ്പ്,
നിനക്ക് ഓർത്തെടുക്കാൻ കഴിയില്ല

ഉടൽ പുതപ്പിലൊളിച്ചതിനാൽ,
ശിശിരത്തിന്റെ സ്നിഗ്ദ്ധതയല്ലാതെ,
പല്ലിടിക്കുന്ന കിടുകിടുപ്പ്,
നീയറിഞ്ഞതേയില്ല.
ആണേ നീ മേഞ്ഞ പുൽത്തകിടികൾ
ഋതുരാഗം മീട്ടിയ വിരുന്നുകൾ,
എന്റെ രക്തമായിരുന്നു
എന്റെ മാംസമായിരുന്നു.

കവിത ജീവിതം തന്നെ

1

കോരിച്ചൊരിയുന്ന മഴക്കാലത്ത് പല വഴികളിലൂടെ ഒലിച്ചെത്തുന്ന നീരൊഴുക്കുകൾ മുന്നിലെ വയലിനെ പുഴയാക്കുന്നു. അങ്ങനെ ഒരാഴ്ച ക്കാലം താമസം മാറാതെ പുഴയുടെ തീരത്ത് കഴിയാം. വാഴത്തടകൊണ്ട് 'തരപ്പം' കെട്ടി വയൽപ്പുഴയിലൂടെ പോകും. ആ വിസ്മയ ലോകത്തി ലേക്ക് ഒരു പാട് ചിത്രങ്ങൾ കടന്നുവരും. വാരിക്കോരി കുടിക്കാനുള്ള ത്രയും ദാരിദ്ര്യമുണ്ടായിരുന്നത് കൊണ്ട് കിട്ടിയ ഉൾക്കാഴ്ചയിൽ ചുറ്റു പാടുകളിൽ ഒലിച്ചിറങ്ങുന്ന ശബ്ദങ്ങളെ കൂട്ടിയിണക്കാൻ നോക്കും. ഒരേ ഇരിപ്പിൽ മണിക്കൂറുകളോളം വാക്കിന്റെ ഇരിപ്പും നടപ്പും അന്വേഷിച്ചിട്ടു ണ്ട്. രോഗം, എണ്ണിയാൽ ഒടുങ്ങാത്ത ദുരിതങ്ങൾ, പെങ്ങളുടെ മരണം ഇതെല്ലാം പല മഴക്കാലങ്ങളെ പരിചയപ്പെടുത്തി.

അച്ഛന്റെ വരവ് വലിയ ഉന്മേഷമുണ്ടാക്കും. കൃത്യമായ ഇടവേളകളി ല്ലാത്ത വരവും പോക്കുമായിരുന്നു അത്. നാടുനന്നാക്കാൻ പുറപ്പെട്ടിറ ങ്ങിയ ഒരു രാഷ്ട്രീയ പ്രവർത്തകന്റെ ദൈനംദിന സഞ്ചാരങ്ങൾ അക്കാ ലത്ത് ഇങ്ങനെയൊക്കെയായിരുന്നു. കേരളത്തിലങ്ങോളമിങ്ങോളം ഇത്ര യേറെ നടന്ന് സഞ്ചരിച്ച് രാഷ്ട്രീയപ്രവർത്തനം നടത്തിയവർ അധികമു ണ്ടാവില്ല. ദാരിദ്ര്യത്തെ എന്നും കൂടെക്കൊണ്ടുനടക്കാനും അച്ഛന് കഴി ഞ്ഞിരുന്നു. ഭക്ഷണക്കുറവ് മനോരാജ്യംകൊണ്ട് കുറെ പരിഹരിക്കാൻ കഴിയുമെന്ന് അക്കാലത്താണ് എനിക്ക് ബോദ്ധ്യപ്പെട്ടത്. *രാമായണവും ഭാഗവതവും കൃഷ്ണപ്പാട്ടും* അമ്മ പാടുന്നത് കേട്ടിരിക്കുക, ആ കഥാ പാത്രങ്ങളെ കൊണ്ടു നടക്കുക, കൃഷ്ണകുചേലന്മാരുടെ കഥകൾ, കാട്ടിലെ വിറക് പൊട്ടിക്കാൻ പോകൽ, പെരുമഴയിലും കാറ്റിലും ഇരു

ട്ടിലും പേടിച്ചരണ്ടുനില്ക്കുന്ന എന്റെയും അനുഭവമായി. ഇതിനിടയിൽ എപ്പോഴോ എനിക്ക് ഒളിക്കാനുള്ള ഇടമായി കവിത കൂടെയെത്തിയിരിക്കണം. പുസ്തകം വായിക്കുക ഭക്ഷണത്തിന് പകരം ശീലിക്കാവുന്ന ഒരേർപ്പാടാണ്. അച്ഛന്റെ വർത്തമാനങ്ങളിൽപ്പോലും ആശാനും വള്ളത്തോളും തകഴിയും ടോൾസ്റ്റോയിയും കടന്നുവരും. അച്ഛന്റെ അക്കാലത്തെ പ്രസംഗങ്ങൾ രാഷ്ട്രീയപ്രസംഗങ്ങളെക്കാളേറെ സാഹിത്യപ്രസംഗമായിരുന്നു. ഞാനും ശ്രോതാക്കളിലൊരാളായി ഇരുന്നിട്ടുണ്ട്.

അച്ഛനോടൊപ്പമുള്ള ചെറുതും വലുതുമായ യാത്രകൾ കൗതുകവും അമ്പരപ്പും നിറഞ്ഞതാണ്. അടുത്ത സുഹൃത്തുക്കളോട് ചെറിയ തുക വാങ്ങി ബസിൽ യാത്രചെയ്ത് പിന്നീട് കുറെദൂരം നടന്ന് ലക്ഷ്യസ്ഥാനത്തെത്തും. രാത്രിയിലെ യാത്രകൾ ഓർമ്മയിൽ കവിത ചുരത്തുന്നതാണ്. തീപ്പെട്ടിക്കൊള്ളിയുരച്ച് വഴി കണ്ടുനില്ക്കും. പിന്നെ കുറച്ച് സമയം നടക്കും. വീണ്ടും തീപ്പെട്ടിക്കൊള്ളി ഉരയ്ക്കും. ഒന്ന് രണ്ട് മണിക്കൂറുള്ള ഇത്തരം യാത്രകൾ പേടിയുണ്ടാക്കുന്നതുമായിരിക്കും. ഭൂതപ്രേതപിശാചുക്കളെക്കുറിച്ച് പറഞ്ഞുകേട്ട അറിവുകൾ, വഴിതെറ്റിയ യാത്രക്കാരുടെ കഥകൾ- ഇങ്ങനെ പലതും ആലോചിച്ചാണ് ഞാൻ പിന്തുടരുക. ചില സംശയങ്ങൾ ചോദിക്കുകയും ചെയ്യും. അച്ഛനവ നിസ്സാരമായിട്ടാണ് എടുക്കാറുള്ളത്. എങ്കിലും ആ യാത്രയുടെ അനുഭൂതികൾ പ്രിയപ്പെട്ടവയാണ്. കേരളീയൻ, ഭാരതീയൻ, പി എം പള്ളിപ്പാട്, കെ മാധവേട്ടൻ, കോയക്കുഞ്ഞിനഹ അങ്ങനെ അറിയപ്പെടുന്നവരും അറിയപ്പെടാത്തവരുമായ ചിലരുടെ വീടുകളിലാണ് രാത്രി എത്തിച്ചേരുക. പിന്നെ രാഷ്ട്രീയമായി, കവിതയായി, ചൂടുപിടിച്ച ചർച്ചകൾ, ഒരു കുട്ടിയെപ്പോലെ ചിരിക്കുന്ന ഭാരതീയന്റെ മുഖം സുന്ദരമായ കവിതയായി ഉള്ളിലുണ്ട്.

പത്താംക്ലാസിൽ പഠിക്കുമ്പോൾ സുകുമാർ അണ്ടല്ലൂർ മാഷുടെ ഹിന്ദിക്ലാസുകൾ കവിതയിലേക്ക് വാതിൽ തുറക്കുന്നതായിരുന്നു. വല്ലപ്പോഴും കവിത എഴുതിവയ്ക്കാൻ തുടങ്ങി. വാക്കുകളെ ചേർത്തു വയ്ക്കുമ്പോഴുള്ള അമ്പരപ്പ് സുഖമുള്ള അനുഭവമായി. വെളിച്ചം നന്നെ കുറഞ്ഞ മുട്ടവിളക്കിന്റെ (ചെറിയ ചിമ്മിനിവിളക്ക്) അരികിലിരുന്ന് എന്റെ വേദനകളും ആശങ്കകളും എഴുതാൻ ശ്രമിച്ചു. ആദ്യ വായനക്കാർ അച്ഛനും അമ്മയുമായിരുന്നു. ഇരുളും ദുഃഖവും ഇത്ര കോരിയൊഴിക്കരുതെന്ന് ആദ്യവായനക്കാർ തന്നെ പറയാറുണ്ട്. ചില വരികൾ മാറ്റിയെഴുതുന്നതാണ് നല്ലതെന്ന് അച്ഛന്റെ മേമ്പൊടിയും.

80 ൽ പയ്യന്നൂർ കോളേജിൽ പ്രീഡിഗ്രിക്ക് ചേർന്നപ്പോൾ കവിത, കച്ചവടം, കണക്ക്, എല്ലാം കൂടിക്കുഴഞ്ഞതായി. ഷിഫ്റ്റായിരുന്നു. ബാക്കി കിട്ടുന്ന സമയങ്ങളിൽ സർക്കാർ ഓഫീസുകളിൽ അച്ചാർ വില്പനക്കാരനായി. ഓരോ സ്ഥാപനത്തിലും ചെന്ന് ഒറ്റവാചകത്തിൽ ഞാൻ പറയാറുള്ളൊരു വാക്യമുണ്ട്. ഞാൻ പയ്യന്നൂർ കോളേജിൽ ഫസ്റ്റ് പി ഡി സി ഫസ്റ്റ് ഗ്രൂപ്പിന് പഠിക്കുന്ന ആളാണ്. വേറെ ഗതിയില്ലാത്തതുകൊണ്ട് അച്ചാർ ഉണ്ടാക്കി വില്ക്കുന്നു. ഇന്നെടുത്ത് അടുത്തയാഴ്ച പൈസ

തന്നാൽ മതി. ഒറ്റ ശ്വാസത്തിൽ ഇത് പറഞ്ഞ് തീർക്കുമ്പോൾ കേൾവിക്കാരന് അമ്പരപ്പ് ഉളവാകും. ആ അമ്പരപ്പിന്റെ നിരവധി കഥകളുണ്ട്. അത് പിന്നീട് ഒരിക്കൽ രേഖപ്പെടുത്താം.

മേലത്ത് ചന്ദ്രശേഖരൻ മാഷുടെ ക്ലാസ് കവിതയെക്കുറിച്ചുള്ള പ്രാഥമിക പാഠങ്ങളായിരുന്നു. ആയിടയ്ക്ക് പയ്യന്നൂർ ലോഹ്യവിചാരവേദിയുടെ കവിസമ്മേളനത്തിൽ പങ്കെടുത്തു. ഞങ്ങൾ അഞ്ചെട്ടുപേർ കവിത വായിച്ചു. മലയാളത്തിലെ പ്രഗത്ഭനിരൂപകൻ ഞങ്ങളുടെ കവിതകൾ ഉൾപ്പെടെ പുതുകവിതയെ നിലംപരിശാക്കി സംസാരിച്ചു. ആകെ വല്ലാത്തൊരവസ്ഥയിൽ ചെന്നുപെട്ടു. ആദ്യമായി ഒരു പൊതുചടങ്ങിൽ കവിത വായിച്ചതാണ്. വേണ്ടായിരുന്നു എന്ന് പലവട്ടം തോന്നി. അങ്ങനെ ചിന്തിച്ചു നില്ക്കുമ്പോഴാണ് ഡോ.എഴുമംഗലം കരുണാകരൻ തന്റെ സമൃദ്ധമായ വയറും തടവിക്കൊണ്ട് എഴുന്നേറ്റത്. ഞാനുൾപ്പെടെയുള്ളവരുടെ കവിതകളെ തൊട്ടും തലോടിയും സംസാരിച്ചു. ഈ കുട്ടികൾ എഴുതിയതുപോലുള്ള കവിതകളെങ്കിലും എഴുതാൻ നിരൂപകനെ വെല്ലുവിളിക്കാനും അദ്ദേഹം തയ്യാറായി. വലിയ ഉത്സാഹമാണ് അനുഭവപ്പെട്ടത്. അതിനുശേഷം അദ്ദേഹത്തെ കണ്ടിട്ടില്ല. വർഷങ്ങൾക്ക് ശേഷം ചരമവാർത്ത ശ്രദ്ധയിൽപ്പെട്ടപ്പോഴാണ് ആ വലിയ മനുഷ്യനെ കൂടുതൽ അറിയാൻ കഴിഞ്ഞത്. ആ വാക്കുകളുടെ സ്നേഹവും തണുപ്പും കവിതയിൽ കൊണ്ടുനടക്കാൻ ആഗ്രഹമുണ്ട്.

കവിതയും രാഷ്ട്രീയവുമാണ് ജീവിതത്തെ ഇത്രമേൽ സർഗ്ഗാത്മകമാക്കുന്നതെന്ന് എനിക്ക് തോന്നിയിട്ടുണ്ട്. പൊതുഇടങ്ങളെ കവിതയിലേക്ക് കൊണ്ടുവരാൻ ഞാൻ എപ്പോഴും ശ്രമിച്ചിട്ടുണ്ട്. സ്വകാര്യമായ തീരെ സ്വകാര്യമായ ഇടങ്ങളിൽപ്പോലും പൊതു ഇടങ്ങളുടെ വെളിച്ചം എനിക്ക് അനുഭവപ്പെട്ടിട്ടുണ്ട്. വിതയും കൊയ്ത്തും നാട്ടിപ്പാട്ടും കേട്ടും കണ്ടും വളർന്നതാണ് എന്റെ ബാല്യകൗമാരങ്ങൾ. നാട്ടുവർത്തമാനങ്ങളിൽ തെളിയുന്ന കവിതയും ജീവിതബോധവും കവിതയിലേക്ക് പകർത്താൻ ആശിച്ചിട്ടുണ്ട്. എന്റെ എഴുത്തിലേക്കും ചൂട്ടുകത്തിച്ചുവന്നിട്ടുണ്ട്, അങ്ങിനെ ചില അനുഭവങ്ങൾ ദേശപോഷിണി വായനശാലയിൽ ചരിത്രം വായിക്കുന്നു. എന്ന കവിതയിൽ

'പാടങ്ങൾ ഉഴുത് മറിച്ചവർ
ഇരമ്പിയെത്തിയ സന്ധ്യകൾ
വഴിക്കൂട്ടിന്,
പൊടിച്ചൂട്ടുമായി ഇടശ്ശേരി'

എന്നെഴുതാൻ കഴിഞ്ഞത് അതിനാലാണ്.

1983 ൽ ആലുവയിലെ ദേശം എന്ന സ്ഥലത്ത് സാഹിത്യസമിതി നടക്കുകയാണ്. മൂന്ന് ദിവസത്തെ ക്യാമ്പാണ് എന്നിൽ വലിയ പുതുക്കിപണിയലുകൾ നടത്തിയത്. അവിടെവെച്ച് മഹാകവി വൈലോപ്പിള്ളിയെ തൊടാൻ കഴിഞ്ഞത് വലിയ കേമത്തമായി ഞാൻ കൊണ്ടുനടക്കുന്നു. കക്കാടിന്റെ നേതൃത്വത്തിൽ പ്രഗത്ഭരായി നിരവധിപേർ ഞങ്ങളുടെ കവി

തകൾ കീറിമുറിച്ച് പരിശോധിക്കാനുണ്ടായിരുന്നു. കെ പി ശങ്കരൻമാഷ്, ലീലാവതിടീച്ചർ, വിഷ്ണുനാരായണൻ നമ്പൂതിരി, ആതിഥേയ കവി എൻ കെ ദേശം ഇങ്ങനെ നീളുന്നു ആ പേരുകൾ. ക്ലാസ്സെടുക്കാൻ വിജയൻമാഷ്, കെ പി നാരായണപിഷാരടി തുടങ്ങിയവർ. എന്റെ കാവ്യധാരണകൾ എത്ര അപക്വമാണെന്ന് ബോദ്ധ്യമായി. കാവ്യവിചാരണയിൽ ഈരണ്ട് വരികൾ നല്ലതാണെന്ന് പലരും പറഞ്ഞു. ആ ഈരണ്ടു വരികൾ ചേർന്നാൽ കുട്ടിയുടെ കവിതയായി എന്ന് ആശ്വസിപ്പിക്കാനും ആളുകളുണ്ടായി. രാത്രി ആലുവാപ്പുഴയിലൂടെ ചങ്ങാടത്തിൽ നടത്തിയ യാത്ര, തെളിഞ്ഞ ആകാശത്തിന്റെ മാധുര്യം എന്നിവ മറക്കാൻ കഴിയില്ല. ഇനി കവിതയെഴുതില്ല എന്ന തീരുമാനമെടുത്തശേഷമാണ് ക്യാമ്പിൽ നിന്നും പുറത്തുവന്നത്. കൈയിലുള്ള എല്ലാ കവിതയും ആലുവാപ്പുഴയിൽ സമർപ്പിച്ചു.

കുറെനാളുകൾ ആ തീരുമാനത്തിൽ ഉറച്ചു നില്ക്കാൻ തീരുമാനിച്ചു. വേദനകളുടെയും ദുരിതങ്ങളുടെയും പരമ്പരകൾ ചുറ്റിലും ഇളകിമറിയുന്നുണ്ടായിരുന്നു. പിടിച്ചുനില്ക്കാൻ കവിതകൂടിയേ തീരൂ എന്ന തോന്നൽ ദൃഢമായി. വി ഇ മാധവൻ നമ്പൂതിരി എന്ന പേരിൽ ചില കവിതകൾ *വീക്ഷണം* വാരാന്തപ്പതിപ്പിൽ എഴുതിയശേഷം 1983 ൽ തന്നെ *നവയുഗം* വാരികയിൽ ക്യാമ്പിനെകുറിച്ച് ഒരു ലേഖനം എഴുതി. പി എസ് രവീന്ദ്രൻ എന്ന പത്രാധിപർ മാധവൻ പുറച്ചേരി എന്ന പേരാക്കിമാറ്റി. 1985 തൊട്ട് എന്റെ കവിതകളും വാരികകളിൽ അച്ചടിച്ച് വരാൻ തുടങ്ങി. അയക്കുന്നതിനേക്കാൾ വേഗത്തിൽ തിരിച്ച് വരിക അക്കാലത്തെ ഒരനുഭവമാണ്. ഒറ്റ ദിവസം തന്നെ അഞ്ചും ആറും കവിതകൾ എഴുതിയിട്ടുണ്ട്. പിന്നീട് വായിച്ച് കളഞ്ഞിട്ടുമുണ്ട്. അത്രയും വിശുദ്ധമായ എഴുത്തനുഭവങ്ങൾ പിന്നീടുണ്ടായിട്ടുണ്ടോ? മറുപടി പറയുക വിഷമമാണ്. അച്ചടി മഷി പുരളാത്തവയാണെങ്കിലും ആ ചാപിള്ളകളായ കവിതകളാണ് എന്നെ ജീവിപ്പിച്ചത്.

'ഹൃദയസാക്ഷി' എന്ന കവിത എഴുതി കണ്ണൂർ കാസർഗോഡ് ജില്ലകളിലെ പല കവി സമ്മേളനങ്ങളിലും കരച്ചിലോടെ വായിച്ചിട്ടുണ്ട്. ഒന്ന് രണ്ട് വർഷക്കാലം പല വാരികകളുടെ മേശപ്പുറത്തും കവിത തങ്ങി നിന്നു. ഒടുവിലാണ് *കലാകൗമുദി* വാരികയ്ക്ക് അയക്കുന്നത്. എസ് ജയചന്ദ്രൻ സാർ എന്ന വലിയ പത്രാധിപരുടെ മഹത്വം എനിക്ക് ബോദ്ധ്യപ്പെട്ടു. അന്ന് *കലാകൗമുദി* വാരികയിൽ എഴുതുക എത്ര എളുപ്പമല്ല എന്നല്ല, വലിയ അംഗീകാരവുമാണ്. ഒരുപാട് കഥകൾ പറയാനുണ്ട് ആ കവിതയ്ക്ക്. ആ കവിത വായിച്ചാണ് സുഗതകുമാരി ടീച്ചർ എന്നെ തിരിച്ചറിഞ്ഞത്. ഞാൻ അമ്മയെപ്പോലെ ആരാധിക്കുന്ന ആ വലിയ മനസ്സിൽ എനിക്കും ഒരിടം കിട്ടിയത്. കന്നിക്കൃതിയായ *പ്രവാസിയുടെ മൊഴികൾ* പ്രകാശനം ചെയ്യാൻ ടീച്ചർ തന്നെ വേണമെന്ന് ഒരാഗ്രഹം കത്തിലൂടെ അറിയിച്ചു. യാത്രാച്ചെലവ് വഹിക്കാനുള്ള പ്രയാസവും കത്തിലെഴുതിയിരുന്നു. പോയാൽ ഒരു കത്ത് എന്നേ ആ കത്തിനെപ്പറ്റി പറയാൻ കഴി

യൂ. എന്നാൽ സുഗതകുമാരി ടീച്ചർ പുസ്തക പ്രകാശനത്തിന് വരിക തന്നെ ചെയ്തു. ആരുടെ കവിതകൾ വായിച്ചിട്ടാണോ ഞാൻ പലവുരു ജീവിതത്തിലേക്ക് തിരിച്ചുവന്നിട്ടുള്ളത്. അതേ എഴുത്തുകാരി തന്നെ എന്റെ പുസ്തക പ്രകാശനം വലിയൊരു സംഭവമാക്കി. എന്റെ *ഹൃദയ സാക്ഷി* എന്ന കവിത ടീച്ചർ അവതരിപ്പിച്ച രംഗം അതേ തീവ്രതയോടെ ഇന്നും കൂടെയുണ്ട്. 15.02.1993 ൽ എന്റെ ആദ്യ പുസ്തക പ്രകാശനം നടന്ന ദിവസം; സുഗതകുമാരി എന്ന വലിയ എഴുത്തുകാരിയുടെ, സ്നേഹം നിറഞ്ഞ മനസ്സിന്, സങ്കടങ്ങളെ ഉൾക്കൊള്ളാനുള്ള ആ കനിവിനെ ഇതിലധികം ഉദാഹരണം ആവശ്യമില്ല. ഇത്തരം മഹത്തായ പുരസ്കാരങ്ങളാണ് എന്നെ ഏത് ഇരുട്ടിൽ നിന്നും വെളിച്ചത്തിലേക്ക് കൈപിടിച്ച് നടത്തിയത്. ഒരുപാട് കയ്പ് കുടിച്ച ജീവിതത്തിന് ഇത്തരം ചില അനുഭവങ്ങൾ ജീവനുതുല്യം വിലപ്പെട്ടതാണ്.

ജീവിതം അത്രയൊന്നും സുഖമുള്ള കാര്യമല്ല. എഴുത്തിലെ, എഴുത്തുകാർക്കിടയിലെ സൗഹൃദാന്തരീക്ഷം പോലും കുറഞ്ഞുകുറഞ്ഞു വരികയാണ്. ഓരോ കവിത എഴുതി തീരുമ്പോഴേക്കും അകാരണമായ ഭയങ്ങൾ എന്നെ വന്ന് പൊതിയാറുണ്ട്. ഇനിയെന്താണെഴുതുക എന്ന ചോദ്യം എല്ലായ്പ്പോഴും അവശേഷിക്കും. വീണ്ടും എഴുതുകയും പിന്നീട് മനസ്സ് ശൂന്യമാവുകയും ചെയ്യും. എഴുതിക്കഴിഞ്ഞ എല്ലാ കവിതകളോടും എനിക്ക് കടുത്ത അതൃപ്തിയും തോന്നിയിട്ടുണ്ട്. അന്നങ്ങനെ എഴുതി എന്നേ പറയാൻ കഴിയുകയുള്ളൂ. ഇന്നാണെങ്കിൽ വേറെ രൂപത്തിലായിരിക്കും ആ കവിത എഴുതുക. നെഞ്ചിൽ നിന്നും ഊരിയെടുക്കാൻ കഴിയാത്ത അമ്പുപോലെ ജീവിതത്തിന്റെ മുറിവുകൾ വലിയ അറിവുകളായി പിടിച്ചുലയ്ക്കുന്ന തിരിച്ചറിവുകളായി കാവ്യ വഴിയിൽ ഉണ്ടായിരിക്കുക തന്നെ ചെയ്യും.

(*അകം മാസിക, ഓണപ്പതിപ്പ് 2011*)

2

കവിത നീതിമാന്റെ രക്തം ആവശ്യപ്പെടുന്നുണ്ട്. ഓരോ രചനയും ചെറിയ ചെറിയ മരണങ്ങൾ അടയാളപ്പെടുത്തുന്നുണ്ട്. നടന്നുവരുന്ന വഴികൾ, കേട്ടറിഞ്ഞ ഭൂതകാലത്തഴപ്പുകൾ, കണ്ടുകേട്ടുമറഞ്ഞുപോയവ, മറക്കാൻ കഴിയാത്ത മുറിവുകൾ ഇതെല്ലാം എഴുത്തിന്റെ വഴിയിലെ കൂട്ടുകാർ. അകംപുറം തമ്മിലുള്ള ഒടുങ്ങാത്ത സംഘർഷങ്ങൾ, ചില പാരസ്പര്യങ്ങൾ, തിരിച്ചറിയാൻ കഴിയാത്ത സമസ്യകൾ ഇതെല്ലാം കൂടിക്കുഴഞ്ഞ് കിടക്കുന്നു. വായനയും എഴുത്തും ഇണയായും തുണയായും ഒന്നിച്ചുണ്ട്. എഴുത്ത് ഗൗരവമായി തുടങ്ങി എഴുതി പ്രസിദ്ധീകരിച്ച് തുടങ്ങിയിട്ട് മൂന്ന് പതിറ്റാണ്ട്. ഓരോ എഴുത്തും തന്നത് വേറിട്ട അനുഭവങ്ങൾ.

വീടിന് വാതിലുകളും ജനലുകളും എന്ന പോലെയാണ് ജീവിതത്തിന് എഴുത്ത്. കൂടുതൽ വിപുലവും ആഴമേറിയതുമായ ചിലത് അന്വേ

ഷിച്ച് കൊണ്ടേയിരിക്കുക. ഉറച്ച് നിന്നതിലല്ല ചലിച്ചു നിന്നതിലാണ് സന്തോഷം. പിയിലും വൈലോപ്പിള്ളിയിലും സുഗതകുമാരിയിലും ബാല ചന്ദ്രൻ ചുള്ളിക്കാടിലും വിനയചന്ദ്രനിലും നീരാടി കൗമാരത്തിൽ മാർക്സ്, ലെനിൻ, കാസ്ട്രോ, എ കെ ജി., കേരളീയൻ, കെ ദാമോദരൻ, ഇ എം എസ്, മാവോ എന്നിവരെ മാറിമാറി പരിചയപ്പെട്ടു. രാഷ്ട്രീയ പ്രവർത്തകനായ അച്ഛന്റെ വായനയും സംസാരവും വേറൊരു ലോകം സമ്മാനിച്ചു. കുട്ടിക്കാലത്ത് കരുതി ലെനിൻ നാലഞ്ച് വീടിനപ്പുറം താമ സിക്കുന്ന ആരോ ആണെന്ന്. ഇന്നല്ലെങ്കിൽ നാളെ വഴിയിൽ വെച്ച് കാണാ മെന്ന തോന്നൽ. ഒരിക്കൽ അച്ഛനോട് അങ്ങനെ ചോദിച്ചിട്ടുമുണ്ട്. അവ നവന്റേതല്ലാത്ത വേദനകൾ മടിയില്ലാതെ ഏറ്റുവാങ്ങുന്ന വഴക്കം അച്ഛ നിലൂടെ, നിരവധി മഹാത്യാഗികളായ മനുഷ്യരിലൂടെ തൊട്ടറിയാൻ കഴിഞ്ഞു.

ദാരിദ്ര്യത്തിലാണെന്റെ ബാല്യ-കൗമാര-യൗവന-ജീവിതഘട്ടങ്ങൾ പിന്നിട്ടത്. പട്ടിണിയുടെയും അപമാനത്തിന്റെയും കയ്പ് നിറഞ്ഞ പക ലുകളിൽ ഞാൻ അച്ഛനെ പുച്ഛത്തോടെ കണ്ടിട്ടുണ്ടാകാം. ചില പുസ്ത കങ്ങളിലൂടെ അച്ഛനത് പരിഹരിച്ചിട്ടുണ്ട്. 'സൈക്കിൾ യാത്ര'യിൽ നാം എന്ന കവിത ഇങ്ങനെ ചില അടയാളപ്പെടുത്തലാണ്. രാഷ്ട്രീയപ്രവർത്ത നത്തിന്റെ എണ്ണിയാലൊടുങ്ങാത്ത യാത്രകളിലായിരിക്കും അച്ഛനധികവും. നാട്ടിലെ സഖാക്കളുടെ കാരുണ്യപൂർവ്വമായ സഹായങ്ങളാണ് ആശ്രയം. *ബൈസിക്കിൾ തീവ്സ്* എന്ന വിഖ്യാത സിനിമ തൊട്ട് സൈക്കിൾ പല സൂചകങ്ങളായി സർഗ്ഗാത്മക സഞ്ചാരം നടത്തിയിട്ടുണ്ട്.

'എവിടെത്തിരിഞ്ഞൊന്ന്,
നോക്കിയാലും കാണാം,
സമയമാം സൈക്കിൾ കയറി,
സ്വർഗ്ഗയാത്ര ചെയ്യുന്നവരെ' എന്ന കവിതയിൽ

സൈക്കിൾ പഠിക്കാൻ വേണ്ടി നടത്തിയ ശ്രമങ്ങളുടെ കഥ പ്രധാനം. ആറാംക്ലാസിൽ പഠിക്കുമ്പോൾ പഠിപ്പിക്കുന്ന ഒരാളുടെ അടുത്ത് പോയ പ്പോഴാണ് ഗൗരവം പിടികിട്ടുന്നത്. സൈക്കിളിന്റെ വാടക കൊടുക്കാ നുള്ള ഒരുരൂപ വേണം. ആരോട് പറയാൻ? രണ്ട് നേരം കഞ്ഞിതരാനുള്ള പെടാപ്പാട് അമ്മയ്ക്കറിയാം.

മംഗലാപുരത്തുനിന്നും സാധനങ്ങൾ വാങ്ങിക്കൊണ്ടുവന്ന് വില്ക്കുന്ന രാമചന്ദ്രേട്ടൻ, തുടച്ച് മിനുക്കി സൈക്കിളിനെ പരിപാലിക്കുന്ന തെക്കില്ലം കേശവേട്ടൻ, രോഗികളെ ആശുപത്രിയിലേക്ക് സൈക്കിളിൽ ഇരുത്തി കൊണ്ടുപോകുന്ന തമ്പിയേട്ടൻ തുടങ്ങിയ നാലോ അഞ്ചോ സൈക്കിൾ യാത്രക്കാർ പുറച്ചേരി എന്ന ഉൾനാടൻ ഗ്രാമത്തെ ചലിപ്പിച്ചി രുന്നു. ജീവിതത്തെ പുതുക്കിപ്പണിയാൻ കവിത പോലെ മറ്റൊരു ബന്ധു വില്ല. ഒറ്റപ്പെട്ടുപോകുമായിരുന്ന പല ഘട്ടങ്ങളിലും കവിതയും രാഷ്ട്രീ യവും തന്ന അഭയം പച്ച പിടിച്ച ചിത്രങ്ങളായി നില്പുണ്ട്. ദരിദ്രന് രക്ത ബന്ധം എളുപ്പത്തിൽ പച്ചവെള്ളമായി മാറും. സ്നേഹബന്ധവും

രാഷ്ട്രീയബന്ധവും പച്ചവെള്ളത്തെ വീഞ്ഞാക്കി മാറ്റുന്ന രസവിദ്യയായി കവിതയിലും കടന്നുവന്നിട്ടുണ്ട്.

ഒരു സൈക്കിളുമുരുട്ടി വീട്ടിലേക്ക് വന്ന മനുഷ്യന്റെ ചിത്രം മറക്കാൻ കഴിയില്ല. കവിതയിലേക്ക് ഞാനത് പറിച്ചു നട്ടു. കടലാസിൽ ചുരുട്ടിപ്പിടിച്ച് കൊണ്ടുവന്ന അരിപ്പൊതി അഭിമാനം മൂലം അമ്മ ഇതൊന്നും വേണ്ട എന്ന് ഭംഗിവാക്ക് പറയും. അദ്ദേഹം പോയ ഉടനെ ആ അരിപ്പൊതി അമ്മ എടുക്കുകയായി. പിന്നെ കഞ്ഞിയായി. സന്തോഷമായി. തെളിച്ചമായി.

പിന്നീട് പലപ്പോഴായി ഞാൻ ആ മനുഷ്യനെ ശ്രദ്ധിക്കാൻ തുടങ്ങി. ആ മനുഷ്യനും സൈക്കിളും എന്റെ കൗതുകവും കൂട്ടുമായി. ഓരോ മനുഷ്യരോടും സംസാരിച്ച് സൈക്കിളിൽ കയറാൻ നോക്കുമ്പോഴായിരിക്കും 'ഏയ് നാരാണേട്ടാ, ഒന്നാട നിന്നേ' എന്ന് കേൾക്കുക. പിന്നീട് അവരുമായി സംസാരമായി,

'തെളിമ നിറഞ്ഞ വഴിയിൽ
കുശലം പറയുന്ന
മണിയൊച്ച,
പ്രിയപ്പെട്ടവർക്കരികിൽ,
വന്നൊന്നൊതുങ്ങി നില്പ്
ഒപ്പം നടക്കൽ'

കവിതയുടെ തുടക്കം ഞാനിങ്ങനെ എഴുതി വച്ചു. പിന്നീട് കൺമുന്നിലേക്ക് സൈക്കിൾ ചിത്രങ്ങളുടെ പ്രവാഹമായി. സഖാവ് കെ സി നാരായണൻ നമ്പ്യാർ എന്ന പൊതുപ്രവർത്തകനാണ് കവിതയുടെ പ്രഭവകേന്ദ്രം. കവിതയിൽ സഖാവ് കണാരേട്ടന്റെ സൈക്കിൾ നടത്തങ്ങൾ എന്നാണ് എഴുതിയത് കണ്ട് കണ്ടിരുളുന്നൊരന്തിയിൽ നമ്മൾ നമ്മെ ഭരിക്കുന്നിടങ്ങളിലേക്ക് കൊടികെട്ടിയ റാലികൾ. ഇങ്ങനെ പോയി പ്രണയത്തിലേക്കും സമരത്തിലേക്കുമുള്ള സൈക്കിൾ സഞ്ചാരം. കമ്യൂണിസ്റ്റ് കർഷകപ്രസ്ഥാനത്തിനുവേണ്ടി ജീവന്റെ കൈയൊപ്പിട്ട അച്ഛൻ സഖാവ് വടക്കില്ലം ഗോവിന്ദൻ നമ്പൂതിരിയും മറ്റനേകം പ്രിയ സഖാക്കളും കവിതയിൽ കയറിയും ഇറങ്ങിയും സഞ്ചിരിച്ചിട്ടുണ്ട്.

കവിത എനിക്ക് ജീവിതത്തിന്റെ കൈയൊപ്പാണ്. ഏതെങ്കിലുമൊരു താളത്തിലേക്കോ ഫോർമാറ്റിലേക്കോ ഫില്ല് ചെയ്യുന്നതല്ല, മറിച്ച് ബ്രെയ്ക്ക് ചെയ്യുന്നത് തന്നെയാണ്. രാഷ്ട്രീയത്തെ പടിക്കു പുറത്ത് നിർത്തി ഒരുവരിയും എഴുതാൻ കഴിഞ്ഞിട്ടില്ല. വ്യക്തികൾ കവിതയിൽ കടന്നിരിക്കാറുണ്ടെങ്കിലും സാമൂഹ്യാനുഭവമായി മാറുകയാണ് പതിവ്. ജീവിച്ചിരുന്നതിന്റെ പാടുകളല്ലാതെ മറ്റെന്താണ് ഓരോ എഴുത്തും. മലയാളത്തിലെ പല വാരികകളിലായി പത്ത് ഇരുന്നൂറ്റമ്പത് കവിതകൾ ഇക്കാലത്തിനിടയിൽ വന്നു. അവയിൽ കതിരും പതിരുമുണ്ടാകാം. പ്രിയ വായനക്കാരാ, ജീവിതത്തിന്റെ മുദ്രയില്ലാത്ത ഒന്നും ഞാൻ എഴുതിയിട്ടില്ല.

(ദേശാഭിമാനി വാരാന്തപ്പതിപ്പ് 2018 ഏപ്രിൽ)

9 789388 485128

Printed by Libri Plureos GmbH in Hamburg,
Germany